Luân Hồi

Chánh Trí Võ Văn Dật
(Sách này chỉ tặng, không bán)

The Vietnamese re-establishment of *Luân Hồi* (*Samsara*) is first printed in 2013 in the United States of America by CreateSpace at

7290 B Investment Drive

Charleston, SC 29418

Toll free: 1-866-308-6235

Luân Hồi (*Samsara*) can be purchased at
https://www.createspace.com/4244439

Copyright © by Chánh Trí Võ Văn Dật

All rights reserved

Library of Congress Control Number (LCCN): 2013906886

(ISBN-10): 1-4841-1138-9

(ISBN-13): 978-1-484-11138-3

Without limiting the rights under copyright reserved aforementioned, no part of this book may be used, transmitted, stored in, or reproduced in any manner whatsoever with no prior written permissions of both the copyright owners and the abovementioned publisher of this book, except in the case of brief quotations embodied in critical articles and/or reviews.

The scanning, uploading, and distribution of this book either via internet or via any other means without the permission of the copyright owners is illegal and punishable by law. Please do not participate in or encourage any electronic piracy of copyrightable materials. Your support of the authors' rights is greatly appreciated.

For all comments and requests, please contact one of the representatives at:

povenleace@yahoo.com

TABLE OF CONTENTS OF *LUÂN HỒI* (*SAMSARA*)

The Front Cover of *Luân Hồi* (*Samsara*)	i
English Copyright Information of *Luân Hồi* (*Samsara*)	ii
Table of Contents of *Luân Hồi* (*Samsara*)	iii
Acknowledgements and Apology	vii

Chương Một:
Đại Cương Vấn Đề: Một Chân Lý Phổ Quát — 1

   I. Tây Phương Và Luân Hồi — 5
   II. Một Cuộc Thăm Dò Có Ý Nghĩa — 5

Chương Hai:
Khái Quát Về Nhân Quả, Nghiệp Báo Và Luân Hồi — 8

   I. Nhân Quả Là Gì? — 8
   II. Nghiệp Là Gì? — 9
   IIIA. Có Mấy Loại Nghiệp? — 10
      1. Thuận Hiện Nghiệp — 10
      2. Thuận Sinh Nghiệp — 10
      3. Thuận Hậu Nghiệp — 10
      4. Thuận Bất Định Nghiệp — 10
   IIIB. Tiêu Chuẩn Tính Chất Cấu Thành Của Nghiệp — 11
      1. Tích Lũy Nghiệp — 11
      2. Tập Quán Nghiệp — 11
      3. Cực Trọng Nghiệp — 11
      4. Cận Tử Nghiệp — 13
   IV. Luân Hồi Là Gì? — 12
   V. Vì Sao Có Luân Hồi? Luân Hồi Như Thế Nào? — 12
   VI. Cái Gì Luân Hồi? — 16

Chapter Ba:
  Edgar Cayce Và Vấn Đề Luân Hồi   19

  I. Edga Cayce Là Ai?   19

  II. Edga Cayce Nói Về Luân Hồi   23

    1. Nghiệp Phản Hồi (The Boomerang Karma)   27

    2. Nghiệp Chức Năng (The Organic Karma)   28

    3. Nghiệp Tượng Trưng (The Symbolic Karma)   29

    4. Nghiệp Tập Thể (The Group Karma)   31

  III. Vài Nhận Xét Về Trường Hợp Cayce   35

  IV. Vài Mẩu Trích Thuật   39

    1. Stella Kirby   39

    2. Irene McGinley   41

    3. Một Thiếu Nữ (Không Tiện Nêu Tên)   43

Chương Bốn: Khoa Học Và Luân Hồi   45

  I. Ian Stevenson Là Ai?   45

  II. Phương Pháp Làm Việc Của Bác Sĩ Ian Stevenson   46

    1. Solved cases   47

    2. Unsolved cases   47

  III. Vài Trường Hợp Điển Hình   48

    1. Maria Kiếp Trước Và Martha Kiếp Sau   48

    2. Kiếp Trước Giàu, Kiếp Sau Nghèo   49

    3. Làm Em Kiếp Trước, Làm Con Kiếp Sau   52

    4. Kiếp Trước Là Người Lào, Kiếp Sau Là Người Thái   53

    5. Anh Lính Nhật Trong Cô Cái Miến   55

  IV. Những Điều Ghi Nhận   56

  V. Luân Hồi Có Thể Giúp Giải Thích Những Gì?   57

1. Những Nỗi Sợ Hãi Vô Cớ	57
2. Trẻ Con Sớm Có Những Khả Năng Hay Khuynh Hướng Đặc Biệt	58
3. Sự Nghịch Thường Trong Hiện Tượng Sinh Đôi Từ Một Trứng	61
VI. Những Đặc Điểm Trong Hiện Tượng Luân Hồi	65
1. Trong Quá Trình Luân Hồi, Có Thể Đổi Kiếp Sống	65
2. Tái Sinh Có Thể Thay Đổi Giới Tính	66
3. Tái Sinh Có Thể Thay Đổi Chủng Tộc, Màu Da	66
4. Những Yếu Tố Ảnh Hưởng Tới Sự Nhớ Lại Tiền Kiếp	66
5. Thời Gian Nhớ Lại Tiền Kiếp	69
6. Những Dấu Vết Khác Của Luân Hồi	70
7. Người Có Thể Tái Sinh Làm Thú Không?	71
VII. Một Vài Ý Kiến Thô Thiển	71

Chương Năm:
Hành Trình Vào Cõi Chết — 77

I. Sự Tham Gia Của Khoa Học	77
II. Những Phản Đề Về Kinh Nghiệm Cận Tử	84
III. Khoa Học Tiếp Cận Đạo Học	88
1. Nguồn Gốc *Bardo Thodol* (Tử Thư Tây Tạng)	88
2. Mục Đích Của *Bardo Thodol*	90
3. Ba Giai Đoạn Của Cõi Trung Ấm	91
4. Đặc Tính Của Thân Trung Ấm	94
5. Ánh Sáng Trong Cõi Trung Ấm	99
IV. Một Vài Ý Thô Thiển	103
V. Vài Kinh Nghiệm Trong Cõi Chết	106

1. Kinh Nghiệm Về Cảm Giác An Lạc		106
2. Kinh Nghiệm Xuất Hồn Ra Khỏi Xác		107
3. Kinh Nghiệm Đường Hầm Và Ánh Sáng		108
4. Kinh Nghiệm Về Khả Năng Tự Tại (Đi Lại Như Ý Muốn)		110
5. Kinh Nghiệm Về Việc Gặp Đấng Thiêng Liêng Hoặc Thân Nhân (Đã Chết), Và Lý Do Trở Về		110
6. Một Mẩu Kinh Nghiệm Tổng Hợp		112
7. Kinh Nghiệm Cận Tử Đã Làm Thay Đổi Quan Niệm Sống		113

Chương Sáu:
Nhìn Lại Vấn Đề — 116

I. Đằng Sau Cánh Cửa — 121

   1. Triển Vọng Xóa Bỏ Tinh Thần Kỳ Thị Và Phân Biệt — 121

   2. Triển Vọng Về Trị Liệu — 123

   3. Triển Vọng Giải Quyết Những Vấn Đề Xã Hội — 124

II. Chân Trời Mở Rộng — 126

III. Những Điểm Dị Biệt — 131

   1. Lạc Quan Về Luân Hồi — 132

   2. Không Tin Người Tái Sinh Làm Thú — 134

..~·*·~..

Tìm Đọc Những Sách Cùng Một Chủ Đề — 140

Sách Tham Khảo — 141

ACKNOWLEDGEMENTS AND APOLOGY

We are sincerely grateful to Chánh Trí Võ Văn Dật for compiling *Luân Hồi*—literally "*Samsara*"—and to the Thế Giới Publisher (at 2471 Alvin Avenue, San Jose, CA 95121) for printing the book a number of years ago. We have made a huge effort (using all possible mechanisms that we could think of) trying to search for possible contact information of the author and of the publisher, but unfortunately, we have no success.

We wish to ask for a permission to distribute this book to the readers at no cost, but we regret that we have failed miserably. In advance, please accept our sincere apology for being incompetent to contact the author and the publisher.

We are deeply grateful for the valuable time and the tremendous effort of Mr. Nguyên Minh (Houston, Texas, USA) and two dear fellows (Lyon, France) for typing and proofreading the book. Special thanks go to Mrs. Hạnh Liễu (Houston, Texas, USA) for proofreading the book.

Without their unconditional yet generous offers, this book would never be re-established. The book *Luân Hồi* (*Samsara*) is deliberately re-established for donation, not for sale. We also genuinely dedicate this book to all patients who suffer from a severe stroke or from other life-threatening illness. Merits and blessings derived from *Luân Hồi* (*Samsara*), if any, are unreservedly and unconditionally transferred to all living beings.

Finally yet importantly, we all deeply appreciate our beloved spouses who have wholeheartedly supported and have enthusiastically played a significant part in this Vietnamese re-establishment. Without their wonderful understanding, steadfast encouragement, and relentless dedication, this Vietnamese re-establishment might have to wait much longer before it can be released.

—P.L.

CHƯƠNG MỘT
ĐẠI CƯƠNG VẤN ĐỀ: MỘT CHÂN LÝ PHỔ QUÁT

Từ lâu, không ít người ở trong cũng như ngoài Phật Giáo thường quan niệm rằng thiền định, nhân quả, và nghiệp báo luân hồi là những phạm trù thuộc về Phật Giáo, những đặc trưng để phân biệt Phật Giáo và những tôn giáo khác, về cách thực hành tu chứng cũng như về mặt giáo lý. Quan niệm nầy hữu lý nhưng không được chính xác lắm.

Đức Phật Thích-Ca-Mâu-Ni (Sakya Muni) giáng sinh tại Ấn Độ cách nay hơn hai ngàn năm trăm (2,500) năm nhưng nền văn minh Ấn Độ đã hình thành từ hơn bốn ngàn (4,000) năm trước Tây Lịch (TL), khi giống người Aryens từ phía bắc tràn xuống đồng bằng sông Ấn (Indus) và sông Hằng (Ganges), chiếm lĩnh đất đai, lập thành nhiều tiểu quốc khác nhau. Luật Mã-Nỗ (Law of Manu), bộ cổ thư nổi tiếng của Ấn Giáo, đã đề cập đến tư tưởng, nghiệp báo, và luân hồi. Theo đó, con người nhận lãnh hậu quả tốt hay xấu là do những hành vi thiện hay ác đã được tạo tác từ trước. Luật nghiệp báo không những chi phối con người mà còn đến cả càn khôn, vũ trụ nữa.[1] Đến thế kỷ VI trước TL, những tư tưởng nầy lại được ghi chép rõ ràng hơn trong bộ *Kinh Bhagavad Gita* của Ấn Giáo qua cuộc đối thoại giữa thần Krishna và dũng sĩ Arjuna.

---

[1] Eliade Mercia, *The Encyclopedia of Religion*. New York: MacMillan: **1987**, p. 265.

Lịch sử Đức Phật cho biết rằng khi còn niên thiếu, Ngài đã được hấp thụ tinh hoa của nền học thuật Ấn Độ lúc bấy giờ qua các danh sư đương thời do phụ vương tuyển chọn. Với trí thông minh phi thường, chỉ trong vòng năm năm, từ bảy đến mười hai tuổi, Thái Tử Tất-Đạt-Đa (Siddhartha) đã học hết sở đắc của các thầy. Các danh sư cảm thấy không còn gì để dạy nữa, bèn xin từ biệt ra đi. Như vậy đứng về mặt thế gian mà nói, tư tưởng nhân quả và luân hồi đã được thuyết giảng từ trước khi Thái Tử trở thành Đấng Đại Giác. Vậy tại sao hễ đề cập đến các tư tưởng đó thì không thể không liên hệ đến Phật Giáo và ngược lại? Tại sao nhân quả, luân hồi, và nghiệp báo lại gắn chặt vào giáo lý Phật Giáo như một đặc trưng bất khả phân? Cuộc đời tầm đạo của Thái Tử Tất-Đạt-Đa có thể cho chúng ta một thí dụ điển hình để hiểu về vấn đề nầy.

Sau khi xuất gia Thái Tử nhiệt tâm tìm thầy học đạo. Không hài lòng với lối tu khổ hạnh—một phương pháp cực đoan chỉ làm cho cơ thể suy nhược và trí óc mê mờ—không tìm ra chân lý giải thoát, Thái Tử đã tỏ ra hoan hỷ khi được gặp một bậc thầy vào hạng thượng thừa lúc bấy giờ, là đạo sĩ A-La-Lam (Arada Kalama). Với trí thông minh thiên bẩm, chỉ trong một thời gian ngắn, Thái Tử đã học hết những gì được xem là tinh hoa nhất của A-La-Lam. Đó là môn Tứ Thiền Định với cấp độ cao nhất là Phi-Tưởng-Phi-Phi-Tưởng-Xứ-Định, được đạo sĩ xem đấy là cảnh giới giải thoát. Sau khi thành tựu phép định nầy, Thái Tử cảm thấy vẫn còn một cái gì vướng mắc trong tâm, bèn nêu câu hỏi với thầy:

"Trong định ấy có tướng *Ngã* không? Nếu không thì sao gọi là Phi-Tưởng-Phi-Phi-Tưởng-Xứ-Định? Nếu còn thì *Ngã* ấy có tri giác không? Nếu không tri giác, *Ngã* ấy có khác gì cây cỏ? Nếu có tri giác thì làm sao tránh khỏi bị cảnh giới nhiễm trước trói buộc? Như vậy chưa phải là cảnh giới giải thoát mà tôi mong cầu."[2]

[2] Cao Hữu Đính, *Phật Và Thánh Chúng*.

Đạo sĩ A-La-Lam không giải đáp được câu hỏi, Thái Tử từ biệt ra đi. Cuối cùng chính dưới cái cội Bồ-Đề bên giòng Ni-Liên-Thuyền (Nairanjana) bằng nỗ lực của chính mình, bằng một phép thiền định riêng, Ngài đã chứng ngộ được chân lý giải thoát, trở thành Đấng Đại Giác. Đó là phép Như Lai Thiền.

Như vậy, trước khi Đức Phật giáng sinh, thiền định đã được các giáo phái đương thời thực hành và đã đem lại cho họ các kết quả đáng kể về mặt tiếp cận chân lý, đồng thời triển khai được một số thần thông diệu dụng,[3] nâng con người vào thế giới tâm linh. Trên cơ sở đó, Ngài đã phát triển thiền định đến một mức cao hơn, giúp hành giả đạt đến đạo quả chân chính, chứ không bị rơi vào chỗ bàng môn tả đạo; pháp thuật thì có mà giải thoát thì không. Đây chính là điểm độc đáo làm cho thiền trở thành một phương pháp thực hành tu chứng gắn liền với Phật Giáo.

[3] Đệ tử sau cùng của Phật là ông Tu-Bạt-Đà-La (Subbdra), nguyên là một tu sĩ cao cấp của Bà-La-Môn, đã đắc ngũ thông (thiên nhãn thông, thiên nhĩ thông, tha tâm thông, túc mạng thông, và như ý thần túc thông) trước khi qui y Phật.

Cũng một cách hiểu như thế khi nói về nhân quả, nghiệp báo, và luân hồi. Cái nôi sâu rộng của tư tưởng nầy là Ấn Độ. Ấn Giáo đã thuyết giảng tư tưởng nầy rất sớm. Thế những ai đã có ít nhiều hiểu biết về xã hội Ấn thì thấy dưới ảnh hưởng của tôn giáo nầy, cơ cấu xã hội đã được tổ chức với một hình thức cực kỳ bất công và phi lý. Đó là chế độ đẳng cấp với sự phân biệt đối xử rất nghiệt ngã về nhiều mặt. Sự cách biệt đẳng cấp cực cao Bà-La-Môn (Brahmin) và đẳng cấp tận cùng Thủ-Đà-La (Sudra) là một trời một vực rất khó hình dung.

Những đẳng cấp trên (Sát-Đế-Lợi, Ksatriya; Phệ-Xá, Vaisya; và Bà-La-Môn, Brahmin) đã xem hạng sau nầy còn tồi tệ hơn súc vật. Người Thủ-Đà-La không những sống ở khu vực riêng, làm nghề hạ tiện, mà còn phải lẩn tránh các đẳng cấp trên kẻo sợ làm bẩn mắt hay ô uế? Nếu quả thật hiểu đúng nghiệp báo và luân hồi, người ta đã không làm thế. Những định luật nầy, dẫu đã được biết đến—nghĩa là có tiến bộ trong nhận thức—nhưng rõ ràng đã được giải lệch lạc như một định mệnh khắt khe, một sự trói buộc không thể nào cởi mở được, nhằm củng cố lợi quyền của đẳng cấp thống trị, hơn là nâng cao trình độ giác ngộ để đem lại lợi lạc cho cuộc sống của mọi sinh thể trong tinh thần bình đẳng. Giới học giả Tây phương khi nghiên cứu về những quan niệm nầy của Ấn Giáo đã cho rằng đó là một cái nhìn đầy bi quan vì đã xem cuộc sống hiện hữu như một tình thế không thể chuyển hóa được, trong khi Tây phương lại xem cuộc đời nầy như là một cơ may thứ hai (second chance) để làm cho cuộc sống (hiện tại và tương lai) tốt đẹp hơn (bằng những hành vi thiện). Xem ra, quan niệm của Tây phương có phần gần với Phật Giáo hơn.

Như chúng ta đã thấy, Đức Phật đã không giảng dạy nghiệp báo và luân hồi như Ấn Giáo thuyết giảng. Ngài dạy rõ nghiệp báo là gì? Làm sao để chuyển hóa nó? Luân hồi là gì? Vì sao dẫn đến luân hồi? Luân hồi như thế nào? Luân hồi tác dụng vào đời sống ra sao? Và cuối cùng, điều nầy mới thật là cốt tử trong lời Ngài dạy, là làm sao để chấm dứt luân hồi, đạt đến sự tự do tuyệt đối, giải thoát hoàn toàn.

Theo các học giả Tây phương, quan niệm về luân hồi và tái sinh đã xuất hiện rất sớm và có mặt hầu như khắp nơi, ngay cả những vùng xa xôi hẻo lánh, từ trước tới nay chưa hề biết đến ảnh hưởng của Phật Giáo hay Ấn Giáo.

Theo đó, ở Âu châu, thời Thiên Chúa Giáo chưa được thiết định và truyền bá, các dân tộc ở Phần Lan, Băng Đảo, Na Uy, Thụy Điển, Đan Mạch, Đức, và Lithuania đã có ý niệm về vấn đề tái sinh của con người. Về phía nam Âu châu, dưới ảnh hưởng của văn hóa Celtic, mà cái nôi là Ái Nhĩ Lan và Tô Cách Lan, tư tưởng nầy đã được phổ biến ở Pháp, miền bắc nước Ý, Bỉ, phía tây Thụy Sĩ, và một phần của Hòa Lan. Các học giả có thẩm quyền về văn hóa Celtic đã xác nhận rằng tư tưởng tái sinh là yếu tố chủ đạo (dominant factor) trong hệ thống tôn giáo Celtic.[4]

[4]Joseph Head & Sylvia Cranston, *Reincarnation: The Phoenix Fire Mystery.* New York: Crown, **1977**.

Người Ai Cập thời Cổ Đại cũng không mảy may xa lạ với vấn đề này. Nghi lễ tống táng của người cổ Ai Cập bao hàm ý nghĩa về sự sống đời đời và sự tái sinh của linh hồn. Các Kim Tự Tháp, nơi an nghỉ và thờ phụng của các vua Ai Cập là những dấu vết hiện thực của tư tưởng này trong thời gian qua.

Ở Hy Lạp, nói đến luân hồi, không thể không nói đến hai khuôn mặt lớn về văn hóa tư tưởng là Pythagoras và Plato. Pythagoras, nhà toán học và triết học, sống vào thế kỷ VI trước TL, tin rằng trong quá trình luân hồi, con người có thể tái sinh làm thú, và ngược lại, thú cũng có thể thành người. Một trích dẫn kể rằng có một lần, khi tình cờ chứng kiến cảnh một người đang đánh con chó nhỏ, ông đã la lên, "Thôi đừng đánh nó nữa. Nó là linh hồn của một người bạn của tôi, nghe nó kêu la, tôi biết ngay đó là bạn tôi."[5]

[5]Michael Arvey, *Reincarnation.* San Diego: Greenhaven Trees, **1989**, p. 22.

Còn Plato, triết gia thế kỷ IV trước TL, đã từng viết, "Bằng cách ứng dụng hợp lý những gì nhớ lại trong tiền kiếp, bằng cách liên tục tự hoàn thiện bản thân theo phương pháp bí truyền, con người có thể trở thành toàn hảo."[6]

[6]Michael Arvey, sđd., p. 20.

Tuy nhiên, vì quan điểm của Pythagoras và Plato rất gần với Phật Giáo và Ấn Giáo, và lúc đó đã có sự giao lưu văn hóa và thương mãi giữa hai miền Ấn và Hy nên người ta nghĩ rằng hai ông đã chịu ảnh hưởng của tư tưởng Đông phương chứ không hẳn đại diện cho tư tưởng thuần túy Hy Lạp.

Tại các vùng xa xôi khác, như Ghana, Mali, nam Nigeria ở Phi Châu và vùng trung tâm Úc Châu, các thổ dân ở đấy cũng đã biểu lộ niềm tin rằng con người chết đi không phải là mất hẳn, mà rồi sẽ tái sinh dưới hình thức khác. Ở Châu Mỹ, các thổ dân Da Đỏ cũng có ý niệm tương tự. Charles Eastman, một học giả Mỹ gốc Da Đỏ, tác giả cuốn *The Soul of Indians* (*Linh Hồn Người Da Đỏ*) đã xác nhận rằng người Da Đỏ tin tưởng con người có thể được sinh ra nhiều lần (tái sinh). Người Esquimo ở vùng băng giá Alaska tin chắc vào sự tái sinh đến nỗi có những người già khi biết mình sắp chết, đã chọn trước cuộc sống sắp tới bằng cách tìm đến những cặp vợ chồng mà họ có cảm tình, nói trước rằng họ muốn tái sinh làm con của những người đó. Trong hồ sơ nghiên cứu về luân hồi trên khắp thế giới của bác sĩ Ian Stevenson, có hàng chục trường hợp điển hình về quan niệm này của người Esquimo.

I. TÂY PHƯƠNG VÀ LUÂN HỒI

Vấn đề luân hồi và nghiệp báo mới chỉ được Tây phương quan tâm tìm hiểu vào nửa thế kỷ XX nay, đặc biệt từ thập niên 1970. Trước đó, dưới ảnh hưởng mạnh mẽ của hệ tư tưởng Thiên Chúa Giáo, người Tây phương rất xa lạ với vấn đề này. Một câu hỏi thường được đặt ra cho các nhà nghiên cứu luân hồi là: tái sinh là một sự thật, vậy tại sao quan niệm này đã một thời gian dài vắng mặt ở Tây phương?

Theo Joe Fisher, tác giả cuốn *The Case of Reincarnation* (*Trường Hợp Luân Hồi*), thì buổi đầu Thiên Chúa Giáo chấp nhận tư tưởng tái sinh. Người truyền bá mạnh mẽ tư tưởng này là Origen (185-254), một nhân vật tiếng tăm trong hàng giáo phẩm lúc bấy giờ. Quan niệm này được chấp nhận phổ biến cho đến cuối thế kỷ VI. Năm 593, sau khi đại hội đồng Constantinople II (The Second Council of Constantinople) nhóm họp và quyết định, tư tưởng tái sinh bị đặt ra ngoài vòng pháp luật. Hoàng Đế La Mã, Justinian, tiếp theo đó đã ban hành nhiều sắc dụ trừng phạt những người theo thuyết của Origen, nghĩa là tất cả những ai dám đá động đến luân hồi.[7] Sự việc này đã dẫn đến một khoảng trống tư tưởng mà các nhà nghiên cứu nghĩ rằng đáng lẽ không phải có.

[7] Về việc cường quyền đàn áp chân lý nầy, có thể đọc thêm: Michael Arvey, sđd. hoặc Noel Langley. *Edgar Cayce on Reincarnation*, Chương X, XI, và phần Phụ Lục.

II. MỘT CUỘC THĂM DÒ CÓ Ý NGHĨA

Năm 1969, viện thống kê Gallup tiến hành một cuộc thăm dò trong mười hai nước Âu Mỹ với câu hỏi, "Bạn có tin vào luân hồi không?" Tỷ lệ người tin có luân hồi tại các nước đó được ghi nhận như sau:

(1) Mỹ: 20 %

(2) Canada: 20 %

(3) Pháp: 23 %

(4) Áo: 20 %

(5) Anh: 18 %

(6) Hòa Lan: 10 %

(7) Thụy Điển: 12 %

(8) Na Uy: 14 %

(9) Tây Đức: 25 %

(10) Hy Lạp: 22 %

Đó không phải là một tỷ lệ lớn nhưng cũng là một tỷ lệ đáng ngạc nhiên khi thấy rằng tại những nước mà quan niệm luân hồi tưởng như xa lạ, nếu không nói là đố ky, vẫn không ít người không biết mà còn cả tin nữa, tin vào cái điều vốn rất khó chứng minh, là luân hồi.

Trong khi tại những nước vốn đã xếp vào loại có truyền thống tin ở luân hồi, chẳng hạn Việt Nam, vẫn không thiếu gì người không biết hoặc nửa tin nửa ngờ…

Năm 1981, viện Gallup lại mở một cuộc thăm dò khác, lần nầy ngay tại Hoa Kỳ nhắm vào tầng lớp trưởng thành (trên mười tám tuổi), cũng với câu hỏi trên nhưng được cắt nghĩa rõ hơn, "Bạn tin có luân hồi không? Nghĩa là sự tái sinh của linh hồn trong một thân xác mới sau khi chết?" Kết quả được công bố trong cuốn *Adventures in Immortality* (*Hành Trình Vào Cõi Bất Tử*) của George Gallup Jr. Theo đó, hai mươi ba phần trăm (23 %) người Mỹ tin có luân hồi, sáu mươi bảy phần trăm (67 %) không tin, và mười phần trăm (10 %) không có ý kiến. Với hai mươi ba phần trăm (23 %) tin có luân hồi, thành phần như sau:

Phân tích theo giới tính

- Đàn ông: 21 %
- Đàn bà: 25 %

Phân tích theo tôn giáo:

- ❖ Tin Lành:
  - ➢ 21 % trong giáo phái Baptist
  - ➢ 22 % trong giáo phái Lutheran
  - ➢ 26 % trong giáo phái Methodist
- ❖ Thiên Chúa giáo:
  - ➢ 25 %

Hai mươi ba phần trăm (23 %) của một trăm sáu mươi sáu (166) triệu dân Mỹ,[8] nghĩa là có ba mươi tám (38) triệu người Mỹ trưởng thành tin có luân hồi, nhiều nhà bình luận và học giả cho rằng đó là một con số có ý nghĩa. Những chương sau sẽ giới thiệu hành trình dẫn đến ý nghĩa đó.

[8]Sylvia Cranston, *Reincarnation: A New Horizon in Science, Religion and Society*. New York: Julian Press, **1984**, p. 13-14.

CHƯƠNG HAI

KHÁI QUÁT VỀ NHÂN QUẢ, NGHIỆP BÁO, VÀ LUÂN HỒI

Kinh điển và sách báo phổ biến giáo lý Phật Giáo đã viết nhiều về nhân quả, nghiệp báo, và luân hồi. Do đó, ở đây chúng tôi chỉ xin nhắc lại những nét cơ bản để bạn đọc tiện theo dõi, đồng thời cũng tiện cho chúng tôi khi cần đưa ra những đối chiếu, nhân khi đề cập đến cái nhìn của Tây phương về vấn đề này.

I. NHÂN QUẢ LÀ GÌ?

"Nhân" là hạt giống, "Quả" là cái thu được từ nơi cây cỏ trổ sinh do hạt giống đó.

Hạt giống tốt thì là quả sum sê; hạt giống xấu thì cây trái èo uột. Không cần là nhà nông kinh nghiệm, ai cũng đã từng gần gũi với cuộc sống cỏ cây cũng có thể dễ dàng nhận ra điều đó. Mặt khác, trồng dưa được dưa, trồng đậu được đậu (chủng qua đắc qua, chủng đậu đắc đậu); không thể nào gieo hạt giống dưa mà mong sẽ hái được đậu. Giống nào sinh ra quả đó; ấy là luật của tự nhiên.

Trong cuộc nhân sinh, "Nhân" chỉ là những tạo tác của con người qua hành động (Thân), lời nói (Khẩu: Miệng) và tư tưởng (Ý); còn "Quả" chỉ là những hậu quả do các tạo tác đó đem lại. Nói một cách đơn giản, đó là:

❖ Ác giả, ác báo (làm ác gặp ác).

❖ Ở hiền gặp lành.

❖ Ở cho có đức mặc sức mà ăn.

Thực ra, khi nói "Nhân Quả" là nói ngắn gọn, đơn giản. Nói đầy đủ là "Nhân Duyên Quả Báo". Thử lấy diễn tiến một vụ mùa làm thí dụ. Nhà nông muốn có lúa ăn, phải lo gieo cấy. Trước hết phải có giống lúa tốt; rồi phải chọn đúng thời vụ để gieo cấy. Trong thời gian cây lúa sinh trưởng, phải lo nước lo phân đầy đủ, đúng cách đúng kỳ; đồng thời cũng lo đề phòng nạn chuột bọ sâu rầy phá hoại. Nếu thời tiết thuận lợi (mưa thuận gió hòa), đến mùa, người nông dân sẽ được thóc lúa đầy bồ. Nếu bị thiên tai hay sâu bịnh phá hoại, người nông dân có thể không có lúa gạo mà ăn, dù có công gieo cấy. Trong thí dụ này lúa giống là "Nhân"; những yếu tố hỗ trợ cho sự hình thành hạt lúa (công sức, phân, nước, thời tiết...) được gọi là "Duyên". Duyên, là những nguyên nhân phụ tạo điều kiện thuận lợi cho nhân chính phát triển thành quả. Có "Nhân" mà không có "Duyên" thì "Quả" cũng khó thành.

Phật dạy không có nhân đầu tiên và cũng không có quả sau cùng. Không có nhân độc nhất và cũng không có quả đơn thuần của một nhân. Sự hay vật nào cũng có thể vừa là nhân của cái này và vừa là quả của cái khác. Người ta lấy gỗ thông để làm giấy. Cây thông là "Nhân" của giấy nhưng là "Quả" của sự phát triển hạt thông trong môi trường thiên nhiên. Giấy là "Quả" của cây thông đồng thời cũng là một trong những "Nhân" góp phần vào sự hình thành của sách báo. Từ đó, có thể thấy được vạn hữu nương vào nhau để hình thành hay hủy diệt. Đó là tác động giao xen phức tạp mà Phật Giáo gọi là "Lý Nhân Duyên" hay "Lý Duyên Khởi", và "Trùng Trùng Duyên Khởi" là thành ngữ thường được dùng để nói lên tính phức tạp trong những tác động qua lại chằng chịt đó. *Kinh Lăng Nghiêm* đã tóm tắt định luật tất yếu ấy trong một câu rất hàm súc:

"Nhân duyên hòa hợp, hư vọng hữu sanh; nhân duyên biệt ly, hư vọng danh diệt." (Khi nhân và duyên phối hợp, hiện tượng phát sinh; khi nhân và duyên xa lìa hiện tượng chấm dứt).

II. NGHIỆP LÀ GÌ?

Sự vận hành từ nhân đến quả gọi là "Nghiệp Báo" hay "Nghiệp", tiếng Phạn là karma, và từ này đã trở thành thông dụng trong ngôn ngữ Tây phương. Theo Christopher M. Bache, giáo sư triết học và tôn giáo, tác giả cuốn *Life Cycles* (*Chu Kỳ Cuộc Sống*), thì nguyên thủy, karma chỉ là "Nhân", tức là hành vi tạo tác của con người; còn nói về "Quả" là Vikapa. Qua thời gian, việc dùng từ karma với ý bao gồm cả nhân lẫn quả đã trở thành thông dụng nên nay cứ theo vậy mà giải thích.

Như vậy, tùy theo tính chất của nhân đã gieo mà nghiệp có thể trổ sinh tốt hay xấu.

Người Việt chúng ta đã từ lâu, dường như muốn dùng chữ nghiệp để nói về nhân và quả xấu:

> *"Đã mang lấy nghiệp vào thân,*
> *Thôi đừng trách lẫn Trời gần, Trời xa."*
>
> *Nguyễn Du*

Điều nầy được thể hiện trong ngôn ngữ hằng ngày: đối với quả báo xấu, người ta thường nói là "Nghiệp Nặng", còn nếu tương đối ít xấu hơn, người ta gọi là "Nghiệp Nhẹ", và nếu quả báo tốt, người ta gọi là "Phước Báo".

III. CÓ MẤY LOẠI NGHIỆP?

Phật Giáo phân loại nghiệp theo ba tiêu chuẩn: thời gian nghiệp trổ, tính chất cấu thành của nghiệp, và đối tượng thọ nghiệp.

Theo tiêu chuẩn thời gian, có bốn loại nghiệp:

1. Thuận Hiện Nghiệp: tạo nhân và nhận quả ngay trong đời này. Đó là loại nghiệp mà người ta thường gọi là "Quả Báo Nhãn Tiền".

2. Thuận Sinh Nghiệp: tạo nhân trong đời này nhưng đến đời kế tiếp mới nhận quả. Đó là loại nghiệp mà người Việt hiểu nôm na qua câu tục ngữ "Đời cha ăn mặn đời con khát nước."

3. Thuận Hậu Nghiệp: nhân tạo ra trong đời này nhưng mãi đến mấy đời sau mới trổ quả.

4. Thuận Bất Định Nghiệp: nhân được tạo trong đời nầy nhưng quả chỉ trổ sinh khi hội đủ điều kiện thuận tiện. Không thể xác định được thời gian quả trổ.

Sự tích *Thủy Sám Pháp* là một thí dụ điển hình về loại nghiệp nầy.[9]

---

[9] Đời Vua Ý Tông nhà Đường (860-873), thiền sư Ngộ Đạt được phong làm quốc sư, danh vọng lừng lẫy. Quốc sư bị một cái mụn nhọt lớn ở đầu gối, hình giống như mặt người, ngày đêm đau nhức khó chịu. Nhiều danh y được mời đến chữa trị nhưng vẫn không khỏi. Một hôm gặp được một dị nhân chỉ đến con suối ở một vùng nọ, lấy nước suối ấy mà rửa thì sẽ lành bịnh. Quốc sư nghe lời, tìm đến ngọn núi kia, khi vừa khoác nước lên rửa, bỗng nghe có tiếng nói từ cái nhọt phát ra: "Thuở xưa ông là Viên Án, còn tôi là Triệu Phố. Ông đã giết oan tôi, tôi chờ dịp báo thù. Trải mười đời nay, ông làm vị cao

tăng, tôi không làm gì được. Nay ông làm quốc sư, khởi tâm tham danh lợi, nên tôi hiện ra cái mụt nhọt này để báo thù. May nhờ ngài Ca Nặc Sa Tôn Giả dùng phép Tam Muội mà rửa oan cho tôi, nên từ nay tôi không còn báo oán nữa." Quốc sư lành bệnh, để hối lỗi, đã đem tâm thành viết *Thủy Sám Pháp*, vừa là lời sám hối, vừa để răn đời và trao truyền một kinh nghiệm tu học.

Theo tiêu chuẩn tính chất cấu thành của nghiệp cũng có bốn loại:

1. Tích Lũy Nghiệp: do nhân chất chứa từ nhiều đời mà nảy sanh.

2. Tập Quán Nghiệp: nghiệp tạo thành do thói quen. Chẳng hạn những người thường uống rượu, dần dần trở thành nghiện rượu và đau khổ khi không có rượu để uống: họ đang chịu một tập quán nghiệp.

3. Cực Trọng Nghiệp: do ý thức mạnh mẽ khi gây nhân mà tạo nên một nghiệp có năng lực mạnh, sẽ lấn lướt các nghiệp khác để sớm trổ sinh.

4. Cận Tử Nghiệp: nghiệp hình thành lúc lâm chung, do tư tưởng lúc đó đang tập trung nghĩ tưởng đến điều gì. Nghiệp nầy sẽ dẫn dắt hương linh người chết đầu thai vào cảnh giới mà họ nghĩ tưởng lúc hấp hối. Xuống địa ngục, lên thiên cảnh, hoặc sanh về các cõi Phật là do giây phút tư tưởng nầy, vì đó là lúc năng lực tâm ý được tập trung mạnh mẽ nhất.

Đức Phật biết rõ điều đó và vì lòng bi mẫn đối với chúng sanh nên đã nương theo đại nguyện của Phật A-Di-Đà mà chỉ bày pháp môn Tịnh Độ, một phương pháp tu tập đơn giản, thích hợp cho mọi căn cơ, mọi hoàn cảnh, nhưng hiệu quả thật là diệu dụng.

Niệm danh hiệu Phật A-Di-Đà trong thường nhật là để tạo một tập quán nghiệp tốt, và nhất tâm niệm danh hiệu của Ngài vào lúc lâm chung là để hình thành một cận tử nghiệp tốt, từ đó sẽ có tần số tư tưởng tương ứng để đi vào cảnh giới cao quí, đời đời an lạc: cõi Tây Phương Cực Lạc.

Nếu căn cứ vào "Đối Tượng Thọ Nghiệp" thì có hai loại nghiệp: **biệt nghiệp** là nghiệp riêng của mỗi người, ai làm nấy chịu, "Đầu Ai Chí Nấy", và **cộng nghiệp** là nghiệp của nhiều người, của số đông: gia đình, xã hội, xóm làng, đất nước, và châu lục, thậm chí đến cả thế giới và thiên hà…

Sau biến cố 1975, hàng trăm ngàn quân nhân và công chức của Miền Nam kéo nhau vào nhà tù Cộng Sản. Đó là cộng nghiệp. Trong khi ở tù, có người được về sớm, có người chết trong tù, và có người phải làm bạn với núi rừng lâu hơn, nghĩ cho cùng, đó là biệt nghiệp.

IV. LUÂN HỒI LÀ GÌ?

Dưới tác động của nghiệp, con người bị luân hồi. Đó là những chu kỳ sống và chết nối nhau không dứt: sống rồi chết, chết rồi sống… hết đợt này đến đợt khác; mỗi đợt như thế gọi là một kiếp. Vì thế luân hồi cũng được hiểu là sự tái sinh. Trong Anh ngữ, hai từ "rebirth" và "reincarnation" đều có nghĩa như nhau. Dưới cái nhìn của luân hồi, hai chữ sống và chết nên hiểu hơi khác thường một chút.

"Sống", có nghĩa là tạm thời hiện hữu, sinh hoạt trong một cảnh giới nào đó, không hẳn là thế giới vật chất này. Còn "Chết" không có nghĩa là mất đi, mà chỉ là một sự giã từ cảnh giới này để đi vào một cảnh giới khác.

Như một diễn viên trên sân khấu, mỗi màn kịch có một trang phục khác nhau, và mỗi vở kịch lại đóng những vai trò khác nhau, chung qui cũng chỉ một nghệ sĩ. "Chết" là thời gian ngắn ngủi để diễn viên vào hậu trường thay đổi trang phục cho phù hợp với vai trò mới.

V. VÌ SAO CÓ LUÂN HỒI? LUÂN HỒI NHƯ THẾ NÀO?

Kinh sách ghi nhận rằng khi khám phá ra nguyên nhân dẫn dắt chúng sanh mãi trôi lăn trong cảnh luân hồi sống chết, Đức Phật đã cảm than rằng:

"Ta lang thang trong vòng luân hồi qua bao kiếp sống, tìm mãi mà không gặp kẻ làm nhà. Đau khổ thay kiếp sống cứ tái diễn! Hỡi kẻ làm nhà, nay ta đã tìm được ngươi rồi, ngươi không còn làm nhà được nữa. Bao nhiêu rui mè của ngươi đều đã gãy hết và kèo cột của ngươi đều đã tan vụn rồi. Trí ta nay đã đạt đến Vô Thượng Niết Bàn, bao nhiêu dục vọng đều đã dứt sạch."

"Kẻ làm nhà" là gì?

Lược đồ gồm ba vòng tròn, tượng trưng cho bánh xe luân hồi. Vòng trung tâm là trục bánh xe, vẽ ba con vật cắn đuôi nhau: con gà, tượng trưng cho tánh "Tham" (Greed); con rắn, tượng trưng cho tánh "Sân" (Hate: lòng sân hận, giận dữ, và căm thù); và con heo, tượng trưng cho tánh "Si" (Delusion: sự mê đắm và ham thích mù quáng).

Như ba con vật kia cắn lấy đuôi nhau, ba tánh "Tham", "Sân", và "Si" liên kết nhau chặt chẽ, tác động vào cuộc sống, đưa chúng sanh đến chỗ tạo nghiệp, làm vòng luân hồi quay mãi không thôi, như trục bánh xe kia giúp cho bánh xe quay vòng ngon trớn. Chính vì sự tác hại ghê gớm của ba yếu tố nầy nên Đức Phật đã gọi chúng là "Tam Độc".

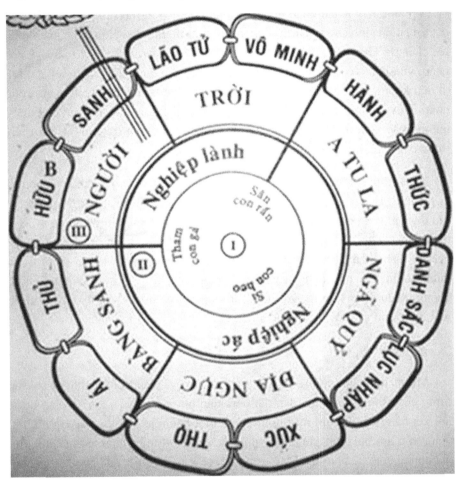

Vòng ngoài cùng, tượng trưng cho vành xe, bao gồm mười hai nhân duyên nối kết với nhau, hình thành như một sợi dây xích trói buộc chúng sanh trong cảnh chết miên viễn. Đó chính là kẻ làm nhà mà Đức Phật đã cảm thán gọi tên. Do vô minh (Ignorance), chúng sanh bị ba độc lôi cuốn nên đã có những hành vi tạo nghiệp (Hành, Karma). Nghiệp nầy ăn sâu vào "Thức" (Conciousness) dẫn dắt chúng sanh khi chết đi tái sinh, tạo nên một thân xác mới (Danh Sắc, Body). Trong kiếp sống, thông qua sáu giác quan (Lục Nhập, Six Sences—gồm mắt, tai, mũi, lưỡi, thân, và ý) chúng sanh tiếp xúc

(Xúc, Contact) với ngoại giới. Những va chạm tiếp xúc nầy đem lại những cảm nhận sướng, khổ (Thọ, Sensation) và từ đó nảy sinh ra lòng luyến ái (Ái, Desire). Vì luyến ái nên có ý muốn đeo níu, ôm ấp, và duy trì những gì đã cảm nhận (Chấp Thủ, Linging).

Ý muốn này là cái nhân mới làm thành nghiệp mới (Hữu, Becoming) dẫn dắt tới sự tái sinh (Sinh, Birth). Hễ đã sinh ra thì tất phải chịu cảnh già, bệnh, rồi chết (là Growing Old and Dying). Tất cả mười hai yếu tố này vừa là nhân, vừa là duyên, và đồng thời cũng là quả của nhau, đẩy bánh xe luân hồi đi mãi không ngừng; trong đó, vô minh và ái dục là hai mắc xích quan trọng nhất. Vì vậy, người muốn vượt thoát ra khỏi luân hồi phải chặt đứt cho được những mắc xích đó bằng công phu tu chứng. Đức Phật đã tóm tắt điều này trong câu Ngài nói với phụ vương vào dịp tái ngộ:

"Tâu phụ vương, trên thế gian này, mọi người đều vì tranh sống mà tự giết mình. Họ tự giết bằng cách gây nên nguyên nhân luân hồi trong ba cõi sáu đường, với kết quả tất nhiên phải đem đến khổ đau. Gốc khổ đau bắt rễ từ "Ái" và "Dục". Trừ khử gốc ái dục vị kỷ đó đi, thì thanh tịnh hóa được ba nghiệp thân, khẩu, và ý, tích tụ được mười nghiệp lành, khiến niệm niệm thuần thiện tiếp nối nhau ngày đêm không xen hở. Nhờ đó, lục trần mới không nhiều động tâm tư, vô minh mới không mê hoặc được lý trí, và từ đó giải thoát thật sự mới thực hiện được. Đó là lợi ích lớn lao nhất."[10]

[10]Cao Hữu Đính, sđd.

Mượn lược đồ, chúng ta đã nói đến trục và vành của bánh xe, tượng trưng cho những động lực dẫn dắt đến luân hồi. Trục và vành xe phải được nối kết bằng căm xe thì mới hình thành một bánh xe đầy đủ. Trong hình 1, vòng tròn thứ hai gồm sáu ô như những căm xe, tượng trưng những cảnh giới mà chúng sinh sẽ phải luân lạc trong đó. Tất cả những "Ai" còn bị chi phối trong cảnh sống chết đều được Phật gọi là "chúng sanh". Loài người chỉ là một trong sáu loài chúng sanh đó. Sáu loài này tạm thời tồn tại trong sáu cảnh giới khác nhau, gọi là "Lục Đạo" (sáu nẻo, sáu cõi). Trong mỗi cõi như thế lại chia làm nhiều tầng lớp cao thấp khác nhau. Tỷ như trên địa cầu nầy, cuộc sống của những nước văn minh giàu mạnh hẳn là không giống với cuộc sống của những nước kém mở mang. Sáu cõi đó là:

1. Cõi Trời (Thiên, Heaven): là chốn con người thường mơ ước, có dân tộc gọi là thiên đàng, có dân tộc gọi là cõi tiên…

Đây là cảnh giới cao nhất, dành cho những chúng sanh đã tạo được nghiệp lành và có nhiều phước báo. Dĩ nhiên, ở đây không có sự khổ, nhưng vẫn còn sự sống chết.

Do phước báo, chúng sanh khi chết đi ở các cõi khác sẽ được hóa sanh về đây. Đến khi gần hết phước báo, ngũ suy tướng[11] xuất hiện, báo trước thời sung sướng sắp qua và kiếp kế tiếp sẽ đi vào các cõi khác tệ hại hơn, nếu đã đến lúc phải trả quả xấu.

[11] Xem *Kinh Địa Tạng*. Đó là những dấu hiệu xấu như vị Trời thấy rịn mồ hôi và hoa trên mão héo đi v.v.

2. Cõi Người (Nhân, Human Realm): có sướng, có khổ.

3. Cõi Thần (A Tu La, Demon Realm): có quyền phép biến hoá, có sướng, và có khổ.

4. Địa Ngục (Hell): bị hành hạ khổ sở.

5. Ngạ Quỉ (Hungry Ghost Realm): làm ma đói khát, hôi hám.

6. Súc Sanh (Animal Realm): làm súc vật, bị hành hạ, và bị tàn sát.

Ba cõi sau là ba cõi dưới, thường được gọi là ba đường ác, nơi sanh về của những chúng sanh có nghiệp báo xấu. Sanh về cảnh giới nào và sanh ra dưới hình thức nào (hóa sanh, thai sanh, noãn sanh, và thấp sanh), tất cả đều do sự điều hướng của nghiệp thức cả.

Một khi đã tin có luân hồi, hẳn ai cũng thắc mắc không biết kiếp trước của mình là gì và kiếp sau sẽ như thế nào. Bài kệ sau đây là chìa khóa để hiểu biết điều đó:

Dục tri tiền thế thân,
Kim sanh thọ giả thị.
Dục tri lai thế quả,
Kim sanh tác thị nhân.

Nghĩa: muốn biết thân đời trước như thế nào, hãy xem những gì đang thọ nhận trong đời này. Muốn biết những gì sẽ gặt hái trong đời sau, hãy xem những nhân được tạo ra trong đời này.

Nói cách khác, kiếp hiện tại là tấm gương phản chiếu những gì đã tạo tác trong kiếp trước, và những gì sẽ nhận lãnh trong kiếp sau. Dĩ nhiên không phải giống y như các bản copy, mà nên hiểu theo nghĩa tượng trưng.

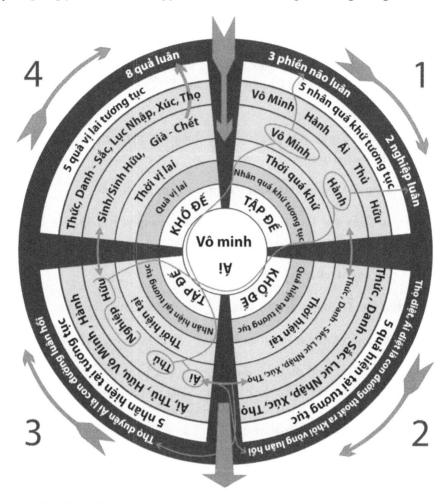

VI. CÁI GÌ LUÂN HỒI?

Khi nói đến luân hồi, câu hỏi sẽ được đặt ra là "Cái gì luân hồi?" Những ai đã tin tưởng ở luân hồi, dù thuộc bất cứ dân tộc nào, cũng đều có một câu trả lời giống nhau, đó là "Linh Hồn" (Soul, Spirit), được quan niệm như là thành phần phi vật chất, bất diệt, và có hình dáng giống như con người bằng xương bằng thịt. Phật Giáo không quan niệm như thế, tuy trong ngôn ngữ thông thường, để tiện dụng và để dễ cảm thông trong đối thoại, vẫn chấp nhận lối nói của mọi người: linh hồn, hương linh, hay vong linh…

Thực ra, muốn hiểu cặn kẽ về vấn đề nầy phải đi vào "Lý Nhân Duyên",

"Thuyết Vô Ngã", và "Duy Thức Học" khá phức tạp, chứ không thể chỉ trong một vài dòng hay một vài trang giấy mà nói được hết. Do đó, những gì trình bày ở đây chỉ là những nét hết sức sơ lược.

Con người được cấu thành từ năm yếu tố: Sắc, Thọ, Tưởng, Hành, và Thức. Sắc là thành phần vật chất cấu thành thân xác, thường được gọi là "Thân Tứ Đại" vì gồm có bốn yếu tố chính là thể rắn (đất), thể lỏng (nước), thể khí (gió), và sức nóng (lửa). Còn Thọ, Tưởng, Hành, và Thức là những yếu tố tinh thần, cùng kết hợp với Sắc và nương vào nhau để tồn tại tạm thời, tạo thành một kiếp sống nơi trần thế. Trong bốn yếu tố vừa nói, Thọ (cảm nhận) Tưởng (tư duy và tưởng tượng), và Hành (ấn tượng) chỉ về những hoạt động của tinh thần, còn Thức được coi như là ông chủ của tất cả.

Chúng ta tiếp xúc với ngoại giới qua sáu cơ năng: mắt, tai, mũi, lưỡi, thân, và ý, hình thành sáu cái biết khác nhau: thấy (nhãn thức), nghe (nhĩ thức), ngửi (tỷ thức), nếm (thiệt thức), sờ mó (xúc), và hiểu biết (ý thức). Nhờ sự tổng hợp của ý thức mà cái biết của năm thức kia trở thành sâu sắc và có ý nghĩa hơn. Để diễn tả một người có thấy, có nghe, và có ăn, mà không ý thức được những việc mình đang làm vì không chú ý hoặc bị phân tâm, người xưa đã gọi đó là người "Thị nhi bất kiến; thính nhi bất văn; và thực bất tri kỳ vị." (nhìn mà không thấy; nghe mà không nghe; và ăn mà không biết vị). Tuy nhiên, dầu cho có sự tham dự của ý thức đi nữa, cái biết nầy cũng chỉ là cái biết tạm thời và gián đoạn. Ý thức (thức thứ sáu) phải nương tựa vào hai thức khác nữa để làm cho cái biết trở thành bền chặt và liên tục.

Trong computer cá nhân (PC), mọi chương trình và dữ kiện được ghi vào bộ nhớ (memory) nằm trong đĩa cứng. Lại có bộ phận nhớ tạm thời, làm chỗ ra vào của thông tin và dữ kiện khi sử dụng, gọi là RAM (Random Access Memory). Nếu không có RAM thì computer không thể nào hoạt động hữu hiệu được. Ở con người cũng có những yếu tố tương tự. Mọi sự việc diễn ra ở bình diện ý thức được thức Mạt-Na (thức thứ bảy) tiếp nhận và đưa vào lưu trữ ở một bộ nhớ đặc biệt gọi là thức A-Lại-Da (thức thứ tám). Vì A-Lại-Da đóng vai trò như một cái kho chứa dữ kiện nên còn được gọi là "Tạng Thức" (Tạng: Kho); nó lưu giữ mọi hình ảnh, mọi tư tưởng, mọi hành vi, cảm xúc, không phân biệt thiện ác, tốt xấu.

Còn Thức Mạt-Na, vì đóng vai trò tiếp chuyển tin tức từ ý thức vào tạng thức để cất giữ, và lấy tin tức, dữ kiện từ đó đưa ra ý thức để dùng, nên còn được gọi là Tống-Đạt-Thức, như anh chàng đưa thư vậy. Nó không có tự thể, nghĩa là nó không có vốn liếng gì cả, nương tựa vào Tạng Thức để tồn tại và lấy Tạng Thức làm cái "Ta" của nó. Khi con người chết đi, sáu thức trước phân rã cùng với xác thân, chỉ còn lại thức Mạt-Na kèm với Tạng Thức (gọi là Nghiệp Thức) đi đầu thai, hình thành kiếp sống mới.

Vì cái đi đầu thai, cái luân hồi là nghiệp thức, nên không thể coi nó như con người phi vật chất, nghĩa là có hình dáng giống như người nhưng không thấy được bằng mắt thường; dù rằng nghiệp thức, trong trạng thái độc lập của nó, vẫn có đủ tính năng thấy nghe hay biết rất linh mẫn vì không còn lệ thuộc vào vật chất nữa.

Trong sách nầy, thuận theo khuynh hướng chung đã trở thành quen thuộc, chúng tôi vẫn dùng từ "linh hồn", "hương linh", hay "vong linh", nhưng trong ý nghĩa, vẫn hiểu theo giải thích của kinh điển. Với những chương kế tiếp, bạn đọc sẽ thấy người Tây phương đã tìm hiểu được bao nhiêu điều Đức Phật đã dạy và họ đang áp dụng những hiểu biết đó vào cuộc sống như thế nào.

CHƯƠNG BA

EDGAR CAYCE VÀ VẤN ĐỀ LUÂN HỒI

Trước khi đề cập đến những công trình nghiên cứu luân hồi mang đầy đủ những nhãn hiệu khoa học, xin được nói về một nhân vật ở Mỹ của thế kỷ XX nầy đã làm cho "vô số người nhận thức được luân hồi và tác động của nghiệp (karma) từ đời nầy sang đời khác, qua các công trình của ông."[1] Đó là Edgar Cayce.

[1] Sylvia Cranston, sđd., p. 290.

I. EDGAR CAYCE LÀ AI?

Edgar Cayce (đọc là Casey) sinh ngày 18-3-1877 tại một trang trại gần thành phố Hopskinsville thuộc tiểu bang Kentucky. Bố mẹ theo nghề nông, gia đình không mấy khá giả. Ông chỉ học đến lớp bảy thì nghỉ ở nhà, giúp việc nông trại. Năm hai mươi mốt tuổi, Cayce ra thành phố, làm một chân bán hàng cho một công ty buôn sỉ. Một đêm tháng tư năm 1900, ông bỗng phát chứng đau họng rồi trở thành khan tiếng. Bệnh phát triển xấu, dần dần làm mất tiếng nói, chỉ còn nghe khao khao như giọng vịt đực. Làm nghề bán hàng là sống nhờ cái miệng, nay bị mất tiếng nói thì còn làm ăn gì được nữa. Thế là Cayce bỏ nghề, đi học nhiếp ảnh rồi xin vào làm nhiếp ảnh viên cho nhà xuất bản W. R. Bowles. Trong mười tháng, ông đã đi khắp các bác sĩ chuyên khoa của thành phố Hopskinsvill và các thành phố lân cận như Nashville (Tennessee), Cincinnati (Ohio), và Louisville (Kentucky) để chữa trị nhưng chẳng có kết quả gì. Sau đó ông có thử chữa bằng thôi miên với bác sĩ Harn thì thấy có vẻ khả quan. Tuy nhiên, việc chữa trị không thể tiếp tục được vì bác sĩ Harn đi lập nghiệp ở một nơi xa.

Việc chữa bệnh bằng thôi miên có kết quả bước đầu đã gợi lên cho Cayce một ý mới. Ông nhớ lại hồi còn bé, ông đã học nhanh và giỏi hơn các bạn chỉ vì ông không bao giờ phải tốn công học bài. Chỉ việc gối đầu lên trang sách có bài học, ngủ một giấc tới sáng, là bài học đã thuộc nằm lòng, như thể đã được copy vào trong trí vậy.

Khả năng lạ lùng này mất đi vào năm lớp bảy, đã làm Cayce chán nản bỏ học. Ông có một người quen là bác sĩ Layne.

Ông này tuy chuyên khoa về xương nhưng đồng thời cũng là một nhà thôi miên tài tử. Phương pháp trị liệu do Cayce đề ra là: trong khi ông tự thiếp đi trong giấc ngủ thôi miên, bác sĩ Layne sẽ ngồi bên cạnh, nói những lời ám thị để giúp vô thức điều chỉnh hoạt động của cơ thể, chế ngự bệnh tật. Việc này mang lại kết quả không ngờ. Cayce lành bệnh và tin này lan truyền nhanh chóng làm ngạc nhiên nhiều người.

Tuy nhiên, điều đáng ngạc nhiên hơn cả là trong quá trình điều trị, bác sĩ Layne khám phá ra một khả năng đặc biệt lạ lùng ở Cayce: trong giấc thôi miên, ông ta có thể chẩn bệnh cho mình cũng như cho người khác (nếu được hỏi) một cách rõ ràng và chính xác. Không những ông có thể chỉ rõ do trục trặc nơi đâu trong cơ thể làm căn bệnh phát sinh mà còn chỉ cả thuốc men nên dùng, lẫn phương thức điều trị. Nếu thực hiện đúng lời chỉ dẫn, việc chữa trị có kết quả trông thấy.

Thế là hình thành một cuộc hợp tác giữa hai bên: khi chứng đau họng tái phát, bác sĩ Layne giúp Cayce chữa bệnh; ngược lại, khi gặp con bệnh khó trị, bác sĩ Layne lại nhờ Cayce chẩn đoán, chỉ dẫn. Lúc đầu, người bệnh cần có mặt tại chỗ, nhưng về sau khả năng của Cayce phát triển cao hơn, có thể chẩn bệnh cho những người ở xa với điều kiện phải cho biết tên họ, địa chỉ rõ ràng và vào giờ hẹn phải có mặt tại địa chỉ đó. Trong giấc thôi miên, khi được đặt câu hỏi về chứng bệnh, Cayce đã trả lời vanh vách như đang nhìn xuyên suốt con bệnh ở trước mặt.

Việc chẩn đoán theo kiểu này được bác sĩ Layne gọi là cuộc "Đọc Bệnh" (Physical Reading). Về sau, khi tài năng của Cayce vượt trội hơn nữa, thấy biết cả quá khứ vị lai của người khác, thì lại có những cuộc "Đọc Đời" (Life Reading), một kiểu như đoán tử vi, đồng thời cũng có những buổi tiên đoán thời sự thế giới (World Affairs Reading). Tất cả những chữ này về sau trở thành thông dụng đối với giới truyền thông và các nhà biên khảo.

Tiếng lành đồn xa, chẳng bao lâu các bác sĩ ở Hopskinsville và ở Bowling Green đều tìm đến nhờ Cayce chẩn đoán giúp các trường hợp bệnh nan trị. Trong số những người này có bác sĩ Wesley H. Ketchum, một bác sĩ trẻ và có tiếng ở địa phương. Sau bốn năm gần gũi, vừa nhờ vả vừa thử thách khả năng hiếm có của Cayce, bác sĩ Ketchum viết một báo cáo chi tiết về trường hợp này gởi về cho Hội Nghiên Cứu Bệnh Nghiệm Hoa Kỳ (American Association of Clinical Research) ở Boston. Báo cáo được đem ra đọc trước phiên họp và đã gây được chú ý của hội.

Ngày 30-9-1910, tờ Record Herald ở Boston loan tin này và đến ngày 9-10-1910 tờ New York Times dành hai trang kèm hình ảnh đăng tin về báo cáo của bác sĩ Ketchum với tựa đề: "Một người không học trở thành bác sĩ trong giấc thôi miên. Năng lực kỳ lạ của Edgar Cayce làm các bác sĩ bối rối."

Bài báo trích thuật báo cáo của bác sĩ Ketchum, trong đó có đoạn như sau:

"Tôi đưa tên và địa chỉ chính xác của người bệnh cần chẩn đoán, và chỉ trong vài phút, ông ta bắt đầu nói một cách rõ ràng tách bạch căn bệnh. Ông ta thường đi vào chi tiết tỉ mỉ trong khi định bệnh, đặc biệt là trong trường hợp nghiêm trọng."

"Ngôn ngữ ông ta dùng thật là tuyệt hảo, những cách diễn đạt về tâm lý học, về giải phẫu thần kinh, có thể tạo sự tín nhiệm đối với bất cứ giáo sư giải phẫu thần kinh nào; không một chút ngập ngừng trong khi nói, và mỗi lời nói ra đều vắn tắt sáng sủa..."

"... Tôi đã sử dụng ông ta trong khoảng một trăm (100) trường hợp và cho đến nay chưa có trường hợp sai lầm nào trong khi chẩn đoán, ngoại trừ hai trường hợp là: ông ta nói về đứa trẻ không cần được định bệnh, chỉ vì trong nhà có hai đứa trẻ cùng tên. Như vậy ông ta chỉ nhầm lẫn về người."

Chính bài báo này đã tạo tiếng vang sâu rộng khắp nước Mỹ về hiện tượng Edgar Cayce.

Tháng sáu năm 1903, ông lập gia đình với cô Gertrude Evans và từ đó cho đến cuối đời, Evans trở thành một trợ thủ đắc lực, giúp Cayce tránh được những va vấp khi thi triển khả năng. Số là trong giấc thôi miên, ông tỏ ra có một sự hiểu biết thần kỳ, và lúc đó, ai hỏi gì cũng trả lời được ngay. Có người bất lương đã lợi dụng khả năng này để mưu cầu lợi lộc bất chính, khiến ông phải lãnh những hậu quả xấu về mặt tâm linh. Do đó, sau khi trở thành bà Cayce, Evans giữ vai trò hướng dẫn viên (conductor), đặt câu hỏi cho ông trả lời. Nội dung câu hỏi do người tham dự đặt ra, nhưng phát ngôn là Evans, để tránh những câu hỏi lợi dụng. Nếu không phải là Evans thì cũng là bạn bè thân tín hoặc con cái làm conductor mà thôi.

Từ khi nổi tiếng khắp nước Mỹ, số người yêu cầu ông giúp đỡ ngày một nhiều và ở khắp nơi, kể cả ngoài nước Mỹ. Cayce muốn có hồ sơ để theo dõi và kiểm nghiệm những gì ông đã nói, nên năm 1923, ông đã mướn cô Gladys ghi chép bằng tốc ký tất cả những gì được đọc trong giấc thôi miên theo lối vấn đáp, sau đó chuyển lại thành văn bản thường và sao ra làm nhiều bản, vừa gởi cho người yêu cầu (bác sĩ điều trị, người bệnh, thân nhân của người bệnh, và người muốn biết tương lai...), và vừa lưu hồ sơ. Rồi cô còn phải thường xuyên liên lạc với người liên hệ, ghi nhận kết quả thực tế để tiện đối chiếu.

Năm 1925, gia đình Cayce về cư ngụ tại Virginia Beach, một thành phố nhỏ (lúc bấy giờ) nằm bên bờ Đại Tây Dương. Do những hoạt động giúp đời bằng khả năng đặc biệt của ông, năm 1943, tạp chí Coronet đã tặng ông danh hiệu là "Con Người Kỳ Diệu Của Virginia Beach". Ông mất vào tháng ba năm 1945. Chín năm sau, trường đại học Michigan chấp thuận một luận án tiến sĩ viết về cuộc đời và sự nghiệp của Edgar Cayce. Phải chăng đó là một hình thức công nhận của học giới?

Từ năm 1923, với sự góp sức của thân hữu và người ái mộ, Cayce lập ra hội Association for Research and Enlightment (Hiệp Hội Nghiên Cứu Và Giác Ngộ), thường gọi tắt là A.R.E. Hội nghiên cứu và truyền bá về các vấn đề thuộc lãnh vực tâm linh. Tại trụ sở của A.R.E. ở Virginia Beach, có hơn mười bốn ngàn (14,000) tài liệu của hàng ngàn cuộc đọc bệnh và đọc đời mà Cayce đã thực hiện trong gần bốn mươi năm của cuộc đời, mở rộng cho bất cứ ai muốn tham khảo và nghiên cứu. Đến nay, A.R.E. vẫn còn hoạt động mạnh và có chi nhánh tại các thành phố lớn tại Mỹ.[2]

[2] Association for Research and Enlightment Michigan, 67th Street P.O. Box 595, Virginia Beach, VA 23451.

Cuộc đời của Edgar Cayce thật là giản dị và bình thường, như mọi người bình thường khác trong xã hội Mỹ. Trong gia đình, ông là người chồng tốt và là người cha đáng kính. Đối với bạn bè, ông là người dễ mến. Đối với mọi người, ông sẵn sàng giúp đỡ hết sức mình. Đối với nhà thờ, ông là một tín đồ gương mẫu và tích cực hoạt động trong vai trò thầy giảng của lớp học *Thánh Kinh* ngày Chủ nhật. Nghề nghiệp sinh sống là nhiếp ảnh. Chỉ sau khi một số người nhờ giúp đỡ lên quá đông, không thể ôm đồm một lúc hai việc, ông mới đóng cửa hiệu ảnh để chuyên chú vào việc đọc bệnh và đọc đời với thù lao tùy hỉ.

Giữa những cái bình thường đó, nổi bật cái khác thường là những gì ông nói ra trong giấc thôi miên. Vì vậy, từ năm 1900 cho đến ngày ông mất, hàng chục tạp chí và hàng trăm tờ báo đã nói về ông.

Đến nay, đã có hàng chục cuốn sách lấy ông làm chuyên đề hoặc dành một phần quan trọng để viết về ông, bán ra hàng triệu bản.[3]

[3] Có thể đọc: Gina Cermina, *Many Mansions*; Thomas Surgue, *There is a River*; Doris Agee, *Edgar Cayce on ESP*; and Noel Langley, *Edgar Cayce on Reincarnation*.

Nhìn vào những tên sách viết về Cayce, người ta dễ lầm tưởng rằng trong hơn bốn mươi năm của cuộc đời, Cayce đã thuyết giảng quá nhiều đề tài thuộc nhiều lãnh vực khác nhau: tôn giáo, y học, lịch sử, tâm linh, và tiên tri v.v... Thực ra thì không.

Trước sau, ông cũng chỉ làm có mỗi một việc giản dị: đọc bệnh, đọc đời, và đọc thời sự. Chính qua những lần đọc đó, nhiều điều liên hệ thuộc nhiều lãnh vực khác nhau đã được đề cập. Về sau, các nhà nghiên cứu đã lọc từ tài liệu lưu trữ và hệ thống hóa lại thành từng đề tài để viết thành sách.

Nổi bật lên trong sự nghiệp của Cayce là những thuyết giảng về luân hồi và dẫn chứng về luân hồi nghiệp báo để cắt nghĩa những gì đã, đang, và sẽ xảy ra cho đối tượng (cá nhân, xã hội, quốc gia, và châu lục). Đó chính là nội dung mà chúng tôi muốn nói đến.

II. EDGAR CAYCE NÓI VỀ LUÂN HỒI

Như đã nói ở trên, từ thập niên 1900, Cayce đã có tiếng tăm ở Hopskinsville và Bowling Green về tài chẩn bệnh trong giấc thôi miên. Sau đó, từ 1910, khi tờ New York Times loan tin về khả năng thần bí của ông thì tiếng tăm ấy vang dội khắp nước Mỹ. Dầu vậy, những chẩn đoán trong thời kỳ này chỉ có tính cách thuần túy y học (chẳng hạn: giải thích do trục trặc chỗ nào trong cơ thể mà căn bệnh phát sinh; nên dùng loại thuốc gì, và nên điều trị theo phương cách nào để có hiệu quả...) Mặt khác, ông cũng có đoán vận mạng theo kiểu tử vi Tây phương, căn cứ vào ảnh hưởng của các sao trên ngày sinh tháng đẻ của đương sự, nhưng chưa có gì xuất sắc. Phải chờ đến năm 1923 mới đủ cơ duyên làm bật mở khả năng "túc mạng thông" (biết kiếp trước và kiếp sau của mình và của người khác) ở nơi ông.

Năm ấy một chủ nhà in giàu có, tên Arthurs Lammers, cư ngụ tại thành phố Dayton thuộc bang Ohio, tìm đến Selma thuộc bang Alabama để thăm Cayce, vì vốn nghe tiếng từ lâu mà chưa có dịp gặp gỡ. Lammers là một doanh nhân trí thức, tốt nghiệp đại học, thích nghiên cứu về triết học và về các vấn đề tâm linh, vì vậy có rất nhiều thắc mắc nhưng chưa gặp người có khả năng giải đáp. Với tiếng tăm của Cayce, Lammers nghĩ rằng một người có kỹ năng huyền bí như thế hẳn là thông thạo lãnh vực tâm linh, do đó có thể thỏa mãn những tò mò vốn ám ảnh ông từ lâu. Và chăng Lammers cũng muốn nhân cơ hội này để nhờ Cayce lấy cho một lá số tử vi. Thời gian gặp gỡ quá ngắn, và Lammers cần phải trở về để giải quyết mấy việc khẩn cấp, nên xem như ông ta chưa được thỏa mãn gì cả. Lammers bèn mời Cayce đến Dayton chơi, sẵn sàng bao mọi phí tổn.

Tại Dayton, trong một lần đọc tử vi cho Lammers, Cayce đã kết thúc bằng một câu gây sửng sốt cho hết thảy những người tham dự: "Ông ta đã từng là một nhà sư."

Người ta bàng hoàng cũng phải, vì câu nói tiết lộ về tiền kiếp, một khái niệm còn quá mới mẻ đối với xã hội lúc bấy giờ. Tuy nhiên, người xúc động hơn cả lại chính là Cayce, khi ông được nghe thuật lại (sau khi tỉnh dậy từ giấc thôi miên, ông không bao giờ nhớ mình đã nói những gì). Làm sao một thầy giảng giáo lý Cơ Đốc tại nhà thờ lại đem chuyện tiền kiếp ra nói ở đây? Liệu đây có phải là trường hợp bị qui ám chăng? Liệu quan niệm này có đi ngược với những điều Chúa đã dạy không? Người ta ghi nhận Cayce đã tỏ ra rất xúc động và bối rối. Thậm chí muốn trở về nhà ngay lúc đó để tĩnh tâm suy nghĩ việc vừa xảy ra. Sau đó, ông đã để thời gian một năm, nghiền ngẫm lại *Thánh Kinh* mới tìm được sự an tâm, khi thấy rằng tư tưởng nhân quả và tái sanh quả có được *Thánh Kinh* đề cập, nhưng vì những lý do nào đó mà người sau đã bỏ qua, không quan tâm giải thích đúng nghĩa mà thôi.[4]

[4] Có thể đọc: Noel Langley, *Edgar Cayce on Reincarnation*, các chương IX, X, XI, và Phần Phụ Lục.

Trước khi khai mở khả năng hiểu biết tiền kiếp, nội dung các cuộc đọc bệnh và đọc đời chỉ nằm trong những giải thích thuần túy y học và tử vi Tây phương. Từ khi thấy được tiền kiếp của kẻ khác, nội dung các cuộc đọc mang hẳn màu sắc tâm linh, trong đó lý nghiệp báo luôn luôn được đem ra dùng để giải thích như là nguyên nhân sâu xa của tất cả những gì phức tạp đang diễn ra trong hiện tại. Cayce nói rằng chính cái Tâm (Will) bao trùm lên tất cả, là động lực chính tác tạo nên cuộc đời của mỗi cá thể, chứ không phải là ảnh hưởng của các vì sao hay cái gì khác, mặc dầu những ảnh hưởng này không phải là không có. Ông nói:

"Ở đây, nên hiểu như thế này: không có hoạt động của bất cứ hành tinh nào, hoặc của bất cứ chu kỳ hoạt động nào của mặt trời, hoặc của bất cứ chu kỳ hoạt động nào của mặt trăng, hay hoặc các đấng thiêng liêng nào có thể vượt qua được sức mạnh của cái "Tâm Lực" của con người, cái "Tâm Lực" do Đấng Tạo Hóa ban cho con người vào buổi khởi thủy để hình thành hồn sống. Tự quyết định lấy số phận của mình."[5]

[5] Có thể đọc: Noel Langley, *Edgar Cayce on Reincarnation*, các chương IX, X, XI, và Phần Phụ Lục.

Nếu để qua một bên quan niệm của Cayce về "Đấng Tạo Hóa", người ta thấy rằng những gì ông nói về cái "Tâm" rất gần với Phật Giáo, bàng bạc tinh thần trong *Kinh Kim Cang*.

Xin lưu ý một điều, chữ "Nghiệp" được dùng trong các trích dẫn về Cayce là do chúng tôi dịch từ chữ "karma" mà ông đã nói ra, chứ không phải là do một áp đặt của người viết.

Quan niệm nghiệp báo, nhân quả, và luân hồi, không phải được Cayce thuyết giảng một cách có hệ thống như những bài giảng giáo lý. Ông nói về những tư tưởng này nhân khi đọc bệnh hoặc đọc đời cho mọi người, hoặc dùng để giải thích cho rõ hơn về những nguyên nhân dẫn dắt đến những việc diễn ra trong hiện tại, hay hoặc để trả lời những câu hỏi do người ta đặt ra trong cuộc đọc. Dầu được nói ra rải rác như thế, nhưng xét ra, tư tưởng mạch lạc và nhất quán.

Cái gì đi tái sinh? Cayce nói đó là linh hồn (Soul). "Linh hồn là cái mà Đấng Tạo Hóa ban cho mỗi cá thể khi sinh thành sơ khai." Linh hồn trải qua nhiều kiếp trên thế gian, cách quãng giữa các kiếp đó là thời gian an trú trong "Cõi Tâm Linh" (the Esprit World) để chuẩn bị cho cuộc tái sinh nơi trần thế. Dù ở cõi nào, các linh hồn cũng tự phát triển để tiến hóa tới chỗ hoàn thiện, hầu một ngày kia xứng đáng được trở về với Thượng Đế.

Mỗi lần tái sinh nơi trần thế, linh hồn có cái được và có cái mất. "Được" là nếu biết hướng thiện để cho tâm linh hoàn hảo hơn. "Mất" là vì vướng mắc vào những tội lỗi mới, tạo thành những nợ nần phải trả trong những kiếp sau. "Đó là luật về nghiệp báo và luân hồi", như Cayce đã kết luận.

Trong một lần đọc bệnh vào năm 1930, Cayce đã có dịp minh họa về nghiệp như sau:

"Nghiệp báo là một phản ứng có thể đem so sánh với phản ứng trong cơ thể khi tiếp nhận thực phẩm."

"Thực phẩm chuyển hóa trong cơ thể, thấm đến tận từng tế bào, ảnh hưởng đến sức khỏe của thể xác và tinh thần. Cùng một kiểu cách như thế, khi linh hồn nhập vào một thể xác trong cuộc sống trần thế để thu thập kinh nghiệm (tiến hóa). Tư tưởng của con người là thực phẩm nuôi sống linh hồn, kéo theo những hành động là kết quả của tư tưởng đó."

"Rồi những tư tưởng và hành động này lần lượt tác động trở lại đối với những tư tưởng và hành động sau đó, và cứ thế, đưa đến sự tái sinh của linh hồn."

"Khi một linh hồn nhập vào một thể xác mới, trong một môi trường mới, một cánh cửa đang được mở ra để dẫn đến cơ hội xây dựng lại số phận (mới) của linh hồn, cả tốt lẫn xấu đều gồm chứa trong cơ hội này."

"Luôn luôn có một con đường cứu chuộc (Way of Redemption), nhưng không có sự trốn tránh trách nhiệm mà linh hồn tự nó đã mang. Như vậy, cuộc sống là một con đường để phát triển, một sự chuẩn bị để thanh tịnh hóa tâm linh, mặc dầu đó là một con đường gian khổ, lắm khi cho cả tâm hồn lẫn thể xác."

"Khi vận may tới, nhiều người nói vận may đã tới với họ. Nhưng đó không phải là vận may. Đó là kết quả của những việc làm (tốt) mà linh hồn đã có dịp tạo tác trong những cơ hội trước đó để được cứu rỗi."[6]

[6]Doris Agee. *Edgar Cayce on ESP*. New York: Warmer Books, **1964**, p. 129-131.

Gạt ra ngoài hình tướng của ngôn ngữ và cách diễn đạt theo lối nghĩ và lối nói Tây phương, thì nội dung của đoạn trích dẫn vừa rồi mang những nét rất cơ bản trong giáo lý luân hồi và nghiệp báo của Phật Giáo, xin nhấn mạnh là Phật Giáo chứ không phải Ấn Giáo, như đã khái quát ở chương hai. Ví dụ về tác động tương hỗ giữa thân, khẩu, và ý trong tiến trình nhân duyên mà Cayce đưa ra là một cách diễn đạt khác về mười hai nhân duyên luân hồi. Cayce cũng đã thấy được rằng nghiệp báo không phải là một định mệnh nghiệt ngã như Ấn Giáo quan niệm.

Cũng như Phật Giáo, ông hiểu rằng đang khi nhận lãnh những hậu quả xấu của những tạo tác từ trước theo luật nhân quả, con người vẫn có cơ hội sửa sai nếu nhận thức được sai lầm đã phạm và ăn năn hướng thiện, từ đó cuộc đời sẽ tốt đẹp hơn. Đó cũng là điều mà đạo học Đông phương gọi là "Tướng bất cập số, số bất cập đức" và như Nguyễn Du đã viết:

> Thiện căn ở tại lòng ta,
> Chữ "Tâm" kia mới bằng ba chữ "Tài".

Theo Cayce, có bốn loại nghiệp:

1. Nghiệp Phản Hồi (The Boomerang Karma)

Boomerang là một loại vũ khí thô sơ của thổ dân châu Úc, làm bằng một loại gỗ cứng, có hình chữ V với hai cánh dẹp doãng ra, dùng để săn thú nhỏ. Sau khi ném trúng mục tiêu, boomerang bay vòng vèo một lát rồi quay trở về ngay dưới chân người ném, khỏi cần phải mất công đi nhặt. Cayce dùng từ "Boomerang Karma" để chỉ loại quả báo trực tiếp và cụ thể của nghiệp, loại "Gieo gì gặt nấy" và "Gậy ông đập lưng ông". Điển hình trong loại nghiệp này là những trường hợp sau (rút từ hồ sơ đọc bệnh):

(a) Một giáo sư âm nhạc tại một đại học cộng đồng (college) nọ bị mù từ lúc sơ sanh. Một hôm nghe chương trình phát thanh *Trí Tuệ Diệu Kỳ* (*The Miracle of Mind*) giới thiệu về khả năng khác thường của Cayce, ông giáo bèn viết thư nhờ chẩn đoán, xem có hy vọng gì về việc cứu chữa cho mắt được sáng ra hay không. Cayce nhận lời, chỉ dẫn phương thức điều trị. Sau ba tháng, mắt trái lấy được mười phần trăm (10 %) thị lực, mặc dù trước đó các bác sĩ nhãn khoa đã tuyên bố hoàn toàn tuyệt vọng. Tại sao không thể chữa lành? Vì nghiệp báo quá nặng. Cayce cho biết, khoảng một ngàn năm (1,000) năm về trước, trong một tiền kiếp tại Ba Tư (Iran), ông giáo là thành viên của một bộ lạc hung hãn. Bộ lạc này có một tập quán rất dã man là hành hình tù binh bằng cách đâm đui mắt họ với thanh sắt nung đỏ. Ông giáo là người phụ trách việc hành hình đó.

Ông không nhận lãnh hậu quả do việc đâm đui mắt tù nhân, vì ông thi hành lệnh của bộ lạc. Cái quả báo đui mù mà ông phải gánh chịu chính là cái hăng say tích cực, tỏ ra thích làm việc đó. Đó là ác tâm. Ông giáo bị mù, đó không phải là một sự trừng phạt, mà chính là để cho ông có cơ hội thông cảm với nỗi khổ của người không được nhìn thấy ánh sáng.

(b) Một cô gái sống bằng nghề làm móng tay. Do di chứng bại liệt hồi còn bé, cô ta phải đi lại bằng nạng. Theo Cayce, vào một tiền kiếp xa xôi, khi đầu thai ở lục địa Atlantis, cô đã từng dùng tà thuật làm hại tay chân kẻ khác để dễ bề sai khiến họ phục vụ cho lợi ích của cô. Đến kiếp này, cô phải trả cái nợ đó để cảm thông với người què quặt

(c) Một phụ nữ, từ bé đã bị khổ sở vì những triệu chứng kỳ lạ, không rõ nguyên nhân, nên các bác sĩ đành gọi là dị ứng (allergy). Chẳng hạn, khi ăn các thức ăn làm bằng ngũ cốc thì bị hắt hơi liên tục, có khi bị lên cơn sốt. Mặt khác, khi tiếp xúc với những vật làm bằng da thì bị đau nhức dữ dội ở nửa người bên trái. Đã đi nhiều bác sĩ nhưng không thuyên giảm. Năm hai mươi lăm tuổi, nhờ chữa bằng thôi miên, bệnh lành được sáu năm, nhưng sau đó lại tái phát với tình trạng tồi tệ hơn. Năm bốn mươi tuổi, nghe tiếng Cayce, bèn xin chẩn đoán. Theo ông, căn bệnh bắt nguồn từ những hành vi bất thiện của bà ta trong quá khứ. Trong một tiền kiếp, bà ta đã từng là một nhà hóa học, thường bào chế những hóa chất gây độc hại về đường hô hấp và dùng những hóa chất này để đầu độc kẻ khác. Chứng bệnh ngày nay chỉ là hậu quả đương nhiên của những việc làm đó.

2. Nghiệp Chức Năng (The Organic Karma)

Thật khó cắt nghĩa về loại nghiệp này. Các nhà nghiên cứu thường đưa ra các thí dụ để mình họa, thay vì giải thích dài dòng.

Tuy nhiên, sau khi xem xét các dẫn chứng và đặt chúng trong cái khuôn Phật Giáo thì có thể nhận ra một cách dễ dàng rằng đó chính là "Tập Quán Nghiệp". Từ một thói quen xấu do lạm dụng chức năng của một cơ quan nào đó trong cơ thể nhằm thỏa mãn ham muốn của năm giác quan (thấy, nghe, nếm, ngửi, và sờ mó), đã dần dần tích lũy thành nghiệp chức năng. Trường hợp sau đây là thí dụ điển hình:

Một người đàn ông ba mươi lăm tuổi, nhờ Cayce đọc bệnh. Từ bé, anh ta mắc chứng ăn khó tiêu; một bữa ăn bình thường cũng phải mất đến sáu bảy tiếng đồng hồ mới tiêu hóa hết. Hệ tiêu hóa thường bị rối loạn, do đó phải luôn luôn thận trọng về việc ăn uống. Khi ra đời, anh ta dấn thân vào doanh nghiệp, một cuộc sống đòi hỏi phải đi lại thù tạc, giao tế nhiều. Vì vậy, bệnh rối loạn tiêu hóa, trở thành một trở ngại lớn. Dĩ nhiên, anh đã tốn nhiều thì giờ và tiền bạc để chữa trị tại các bác sĩ chuyên khoa, nhưng vẫn không có hiệu quả. Cayce cho biết: trong một tiền kiếp dưới thời Vua Louis XIII (1601-1643) của nước Pháp, anh ta là một sĩ quan cận vệ, đồng thời cũng là người phụ trách việc ăn mặc của vua. Anh làm việc rất tận tụy, nhưng lại mắc tật xấu là ăn uống vô độ trong cái cảnh thừa mứa cao lương mỹ vị của chốn cung đình. Thực ra, thói xấu này chỉ là sự phát triển cao độ của tật ham ăn nhậu trong một kiếp trước đó, khi anh ta đầu thai ở Ba Tư, làm y sĩ cho triều đình. Bây giờ, anh vướng chứng rối loạn tiêu hóa là để tập ăn ít đi, để hiểu rằng ăn nhiều cũng là một cái khổ. Ăn để mà sống chứ không phải sống để mà ăn.

3. Nghiệp Tượng Trưng (The Symbolic Karma)

Trong loại nghiệp này, quả báo không có tính cách hiển nhiên như nghiệp phản hồi, mà lại có nghĩa tượng trưng, kiểu như "Sấm bên đông mà động bên tây". Nói một cách khác, đó là nghiệp phản hồi gián tiếp. Vài thí dụ điển hình:

(a) Một bác sĩ có cậu con trai mắc bệnh thiếu máu (amenia). Dĩ nhiên con nhà thầy thuốc thì việc chữa trị phải là tới nơi tới chốn. Vậy mà không một chút hiệu quả. Cayce cho biết: trong năm kiếp về trước, khi đầu thai tại Peru (South America), cậu bé là lãnh tụ của một phe nhóm, đã sử dụng mọi thủ đoạn dã man tàn bạo loại trừ các đối thủ để lên cầm quyền trong nước. "Máu đã đổ quá nhiều, nên nay thiếu máu", đó là câu kết luận của Cayce trong cuộc đọc bệnh cho cậu bé.

(b) Một người đàn ông bị điếc. Cuộc đọc bệnh cho biết: trong một tiền kiếp dưới thời Cách mạng Pháp (1789), ông ta là một nhà quí tộc cấp trên có thế lực trong chính quyền và xã hội. Tuy ở vào một địa vị thuận lợi như thế, nhưng ông ta có một thói xấu là thường làm lơ trước những lời cầu xin giúp đỡ của kẻ khác khi họ lâm vào cảnh sa cơ thất thế. Cayce khuyến cáo: nếu muốn lành bệnh thì "Nhớ đừng bịt tai trước những người cầu xin giúp đỡ."

(c) Một phụ nữ, mẹ của ba đứa con, bỗng phát chứng bại liệt vào năm ba mươi sáu tuổi. Đã đi chữa trị ở nhiều bác sĩ, nhưng không có gì khả quan. Năm bốn mươi lăm tuổi, nghe tiếng Cayce, bèn xin chẩn đoán. Ông cho biết đó là tác động của nghiệp. Dưới thời bạo chúa Nero (54-68) của đế quốc La Mã, bà là một người trong hoàng tộc, ủng hộ chính sách bức hại giáo đồ Thiên Chúa Giáo của Nero. Trong đấu trường La Mã, khi thấy các tín đồ bị hành hình què quặt, bà đã nhiều lần cười lên thích thú. Chứng bại liệt ngày này bắt nguồn từ ý thức độc ác đó (ý nghiệp) và đấy là cơ hội để cho bà thông cảm với nỗi đau khổ của người bị què quặt như thế nào.

(d) Một thanh niên sinh trưởng trong một gia đình Thiên Chúa Giáo thuần thành. Bố mẹ chỉ mong cho con sau này trở thành một linh mục và xem đó như là tâm nguyện hạnh phúc của cả gia đình. Lớn lên, anh ta không những chống đối lại ý muốn đó của cha mẹ mà lại còn nảy sinh ra một tật xấu trầm trọng là đồng tính luyến ái (homosexual) (theo quan điểm của xã hội lúc đó, chứ không phải là của nước Mỹ của thập niên 1990). Quá thất vọng về con và không hiểu tại sao "Cây ngọt lại sinh trái đắng" như thế, nên khi được biết tiếng Cayce, hai vợ chồng liền xin đọc bệnh cho con. Ông cho biết: trong một tiền kiếp tại nước Pháp, anh ta là quan chức của triều đình, thích ngồi lê đôi mách, thích châm biếm chỉ trích người khác. Đặc biệt, là rất thích thú phơi bày những vụ đồng tính luyến ái vụng trộm trong giới quí tộc thượng lưu mà anh ta đã khám phá ra được. Chứng đồng tính luyến ái ngày nay là cái quả báo không tránh được. "Anh đã từng kết án người ta cái gì ngày đó, thì ngày nay chính anh bị cái đó."

(e) Một bé trai, sinh ra bình thường cho đến năm lên hai tuổi thì sinh chứng đái dầm hàng đêm. Cha mẹ đứa bé vốn thuộc tầng lớp khá giả, hiểu biết rộng, nên không ngại tốn, đem con đi chữa ở các bác sĩ chuyên khoa, bác sĩ tâm lý, bác sĩ thần kinh, nhưng thằng bé chứng nào vẫn tật đó. Đến năm chú bé được mười một tuổi, mới có dịp nhờ Cayce đọc bệnh.

Theo ông, vào thế kỷ XVI, đứa bé vốn là một mục sư Thanh Giáo (Puritan) ở Anh. Vào giai đoạn đó, người ta đang dấy lên phong trào bài trừ nạn phù thủy. Những người bị tình nghi là phù thủy đều bị bắt hành hình, nhiều kẻ chết oan vì thù oán cá nhân. Ông mục sư là một người rất tích cực trong việc này.

Thường thì phù thủy bị đưa lên dàn hỏa để thiêu sống, nhưng ông mục sư lại có lối hành hình khác, là trói tội nhân vào một mảnh ván rồi đem trấn nước tại các ao hồ trong vùng cho tới chết. Chứng đái dầm ngày nay là cái nghiệp tượng trưng của việc trấn nước ngày trước. Vì bệnh nhân còn bé. Cayce đã đề ra cho bà mẹ phương pháp dùng ám thị để chữa cho con.

Đêm đêm, khi chú bé ngủ, bà mẹ ngồi bên gối, thì thầm vào tai con: "Con là một người tốt, một người rất dễ thương. Con thích đem lại sung sướng và hạnh phúc cho người khác..." Những câu ám thị đó sẽ tác động vào vô thức, giúp hoá giải những mầm mống xấu đã tích lũy từ tiền kiếp. Nhờ kiên trì thực hiện, ba tháng sau bắt đầu có kết quả, đứa bé bớt đái dầm rồi dứt hẳn.

4. Nghiệp Tập Thể (The Group Karma)

Đây chính là cộng nghiệp trong Phật Giáo. Cayce cắt nghĩa rằng nghiệp tập thể là nghiệp chung của nhiều người và những người này có sự nối kết với nhau bằng một mối quan hệ nào đó, chẳng hạn gia đình, xã hội, địa phương, và quốc gia v.v...

Một gia đình người Mỹ gốc Do thái, có một cô con gái mắc chứng động kinh từ lúc mới sinh. Khi được hỏi, Cayce cho biết trong một tiền kiếp cũng tại Bắc Mỹ, gia đình này đã có mặt với mối quan hệ vợ chồng cha con y như bây giờ. Cô gái thời ấy có nhan sắc xinh đẹp và cha mẹ cô đã lợi dụng nhan sắc của con trong việc giao tiếp xã hội để mưu cầu lợi lộc cho gia đình. Cuộc sống giao du bừa bãi đó đã làm phát triển tánh phóng đãng ở con người cô, đưa đến chứng động kinh ngày nay. Về phần cha mẹ cô gái, do tham lam, cả hai vợ chồng đã đưa con vào đường bất chính, nên ngày nay cũng phải liên đới chịu hậu quả; đó là nỗi đau khổ vì con cái bệnh tật và trách nhiệm chăm sóc nó cho tới khi vợ chồng mãn kiếp. Đó là một dạng của nghiệp tập thể: tập thể nhỏ gia đình.

Nghiệp tập thể thường được Cayce đề cập khi đọc thời sự, vì thời sự luôn luôn quan hệ đến số đông. Chẳng hạn trước viễn ảnh bất ổn về vấn đề chủng tộc trong xã hội Mỹ, có lần ông cho biết: trong đa số những người da đen ngày nay là những người da trắng trong các kiếp trước; họ đã từng là những chủ nhân nô lệ hoặc là những tay buôn nô lệ từ Phi Châu qua Bắc Mỹ. Họ đầu thai làm người da đen để trả cái nợ đã từng hủy diệt sinh mạng và tài sản của kẻ khác chủng tộc. Theo ông, thái độ hợp lý của hai bên Đen và Trắng ngày nay là: bên Đen nên đem sức mạnh tập thể của họ góp phần vào việc xây dựng xã hội và đất nước, thay vì bất mãn và thù hận; vì làm thế là lại phạm vào lỗi lầm cũ của kiếp trước. Còn bên Trắng, nên đối xử với người da đen trong tình huynh đệ, vì họ "Vốn là người anh em của chúng ta."

Có lẽ câu chuyện về lục địa Atlantis mà Cayce thường nói đến là mẫu thí dụ điển hình về nghiệp tập thể. Theo truyền thuyết, lục địa Atlantis là nơi trên trái đất có nền văn minh cực cao nhưng đã bị chôn vùi dưới đáy Đại Tây

Dương. Với sách vở còn lưu lại, người ta thấy nhà triết học Plato của Hy Lạp, qua tác phẩm *Republic*, có đề cập khái quát về lục địa này. Cho đến nay, khoa học vẫn chưa có đủ bằng cớ để bác bỏ hay công nhận sự có mặt của Atlantis trong quá khứ.

Riêng với Edgar Cayce, mặc dù học thức không cao, kiến thức hạn chế vì ít đọc sách, ngoại trừ *Thánh Kinh* trong tỉnh thức thì không biết gì về Atlantis cả, nhưng trong vô thức lại tỏ ra rất quen thuộc với nền văn minh huyền sử này và có nhiều tiết lộ về nó khá lạ lùng.

Theo ông, lục địa Atlantis lớn bằng châu Âu và phần Nga Âu cộng lại, nằm về phía bắc Đại Tây Dương, vùng biển Sargasso ngày nay. Atlantis đã trải qua một cuộc sống dài cả hai trăm ngàn (200,000) năm và sau hai lần bị hư hoại nặng nề, đến lần thứ ba, khoảng mười ngàn (10,000) năm trước TL, thì bị hủy diệt hoàn toàn. Sự hủy diệt của nền văn minh này là sự mở đầu của nền văn minh cổ Ai Cập và nhiều nơi khác.

Vào thời kỳ thứ ba, người Atlantis đã đạt đến trình độ văn minh rất cao, cả về mặt khoa học kỹ thuật lẫn lãnh vực tâm linh. Về khoa học, họ đã biết sử dụng sức mạnh của một loại tia sáng đặc biệt (perhaps laser?) vừa có khả năng phục vụ con người vừa có thể hủy diệt. Đồng thời họ cũng đã biết sử dụng các dạng năng lượng khác mà loài người sẽ phát minh lại vào cuối thế kỷ XX này (Nguyên Tử? Mặt Trời?). Về mặt tâm linh, họ có khả năng dùng sức thôi miên để chi phối kẻ khác, dùng thần giao cách cảm để liên lạc với nhau, và tập trung năng lực tư tưởng để di chuyển vật thể theo ý muốn.

Thay vì sử dụng các khả năng đó vào lợi ích chung để đưa nhân loại đến chỗ hạnh phúc hơn, thì những người cầm đầu đã lợi dụng chúng vào những mục đích tư lợi phe nhóm, dùng chúng làm phương tiện tiêu diệt lẫn nhau và tranh giành quyền lực. Vào thời kỳ thứ ba, khoảng mười ngàn (10,000) năm trước TL, trong khi tranh chấp quyền lực, năng lượng tia sáng đặc biệt được sử dụng với cường độ cao đã kích thích núi lửa hoạt động chôn vùi toàn lục địa xuống đại dương.

Theo Cayce, các linh hồn có khuynh hướng chọn nơi chốn, thời kỳ, và môi trường cùng nhóm loại (đồng bạn) đi tái sinh; vì chỉ trong những hoàn cảnh tương ứng như thế thì mới có môi trường thuận lợi để thực hiện những ước vọng của linh hồn và hình thành số phận của nó sau này.

Trong hồ sơ đọc bệnh và đọc đời của ông, người ta thường thấy nói về các thời kỳ văn minh Atlantis; Cổ Ai Cập; Cổ Hy Lạp; Cổ Ba Tư; La Mã; các thế kỷ XIII, XIV, XV, XVI, XVII, và XVIII ở Pháp; thời sơ khai của cuộc di dân sang Mỹ Châu; thời cách mạng giành độc lập của Mỹ; và thời Nội chiến Hoa Kỳ... Đó chính là những thời kỳ Cayce cũng có mặt, trong bước chân luân hồi của chính ông.[7] Đặc biệt, những người công tác mật thiết với ông trong đời này cũng là những người đã từng có quan hệ chặt chẽ với ông trong những kiếp trước.

[7] Về những kiếp luân hồi của Cayce, xin đọc: W. H. Church, *Many Happy Returns: The Lives of Edgar Cayce*.

Diễn tả một cách dễ hiểu, linh hồn đầu thai trong tinh thần "Đồng thanh tương ứng, đồng khí tương cầu", hay nói cho có vẻ khoa học, là đầu thai theo nguyên lý cộng hưởng (resonance), có vậy mới thể hiện được cái nghiệp tập thể.

Edgar Cayce cho biết rằng thế kỷ XX này là giai đoạn thích hợp cho hàng loạt linh hồn của thời lục địa Atlantis tái sinh để học lại bài học cũ. Vì trong những tiền kiếp tại Atlantis, các linh hồn nầy đã sở đắc một số kinh nghiệm và khoa học kỹ thuật rất cao, do đó, khi tái sinh làm người của thế kỷ XX, họ sẽ là những nhà khoa học, những kỹ sư tài ba, đem lại nhiều phát minh quan trọng về khoa học và kỹ thuật trong các lãnh vực năng lượng, nguyên tử, và điện tử v.v... Tương lai nhân loại lại một lần nữa ở trong tay họ. Nếu biết rút kinh nghiệm từ những lỗi lầm cũ của hàng chục ngàn năm trước để hướng thiện, đem khoa học phục vụ cho lợi ích chung thì nhân loại sẽ tồn tại và tiến lên; bằng không, lập lại lỗi lầm cũ thì con đường hủy diệt sẽ không tránh khỏi.

Đọc đến đây, không khỏi có độc giả nhíu mày:

Tưởng gì lạ! Nói khơi khơi như thế, ai lại không nói được; việc gì phải viện dẫn ông này ông nọ cho rườm rà.

Việc xảy ra hàng chục năm trước còn khó kiểm chứng thay, huống gì chuyện xảy ra từ mấy ngàn năm rồi, lấy gì làm chứng đây? Chẳng qua cũng chỉ là "Khẩu thuyết vô bằng!"

Vâng, người ta không nghi ngờ gì về khả năng tài tình của Cayce khi chẩn bệnh, nhưng khi Cayce nói về nghiệp báo luân hồi, người ta đã nghe với sự dè dặt, ngoại trừ những người trong cuộc, đã được chứng thực bằng sự thuyên giảm hoặc lành hẳn căn bệnh. Điều đó không có gì là lạ, nhất là trong hoàn cảnh xã hội lúc bấy giờ, vốn đang còn xa lạ với ý niệm luân hồi. Và chăng, với truyền thống duy lý và khoa học, họ chỉ tin những gì đã được sàng lọc qua thực nghiệm. Trong khi đó, việc làm của Cayce nên được thông cảm bằng con đường đạo học.

Doris Agee, một nhà biên khảo về Cayce, đã đề nghị một thái độ rất hợp lý, đó là nên đọc về Cayce với một đầu óc cởi mở: "Nếu các bạn nghi ngờ về các điều đó, thì có thể bỏ qua. Nếu các bạn nửa tin nửa ngờ về luân hồi, các bạn vẫn có thể cứ nửa tin nửa ngờ sau khi đọc những gì Cayce đã nói. Còn nếu các bạn đã tin ở sự khả hữu của luân hồi, các bạn có thể tìm thấy ở đây nhiên liệu cho niềm tin ấy" (Edgar Cayce on ESP).

Người Mỹ nói chung và các nhà nghiên cứu về Cayce nói riêng, đa số đều xem ông là một trường hợp khác thường, rất đáng quan tâm.

Do tính đa diện trong khả năng đặc biệt của Cayce, người ta đã dùng nhiều đặc hiệu để mô tả về ông: người thầy thuốc có năng lực kỳ lạ (Strange Power), nhà tiên tri (Prophet), người có năng lực siêu linh (Psychic Power), người có năng lực ngoại cảm (Extrasensory Perception, ESP) v.v...

Do đâu mà Cayce có năng lực đó? Ông giải thích: mỗi tư tưởng và mỗi hành vi của con người, ngay từ lúc khởi thủy đã ghi dấu ấn vào vô thức vũ trụ (Universal Unconscious) hay có thể gọi là hồ sơ vũ trụ (Universal Record). Có khi ông còn gọi bằng những tên khác như Sổ Bộ Đời (the Book of Life), thể akasha (chữ Sancrit, được cắt nghĩa là chất cấu thành vũ trụ, thường được gọi là Ether).

Mặt khác, vô thức của mỗi người cũng bắt nguồn từ vô thức của vũ trụ, là một phần của vô thức vũ trụ. Do đó, ai cũng có thể đọc được Sổ Bộ Đời nếu biết phát triển khả năng đúng cách qua mỗi lần tái sinh (ý nói tu tập).

Cayce dẫn chứng rằng Chúa Jesus và các nhà hiền triết như Socrates và Plato đều đọc được Sở Bộ Đời. Sở dĩ ông biết được tiền kiếp là do đã huân tập khả năng ấy qua nhiều kiếp trong thời Cổ Đại.

Trong nhiều kiếp sống của quá khứ, Cayce đã từng là một tu sĩ cao cấp của thời Cổ Ai Cập, đã sở đắc được một số thần thông, nhưng vì tham ái còn nhiều, lỗi lầm cũng lắm, nên còn phải trôi nổi trong chốn luân hồi để học hỏi kinh nghiệm cho được thuần thục hơn.

Trong khi tự thôi miên, ông đi vào vô thức, và từ đó, hòa mình vào vô thức của vũ trụ nên đọc được dễ dàng những gì đã được ghi nhận trong đó. Ông mô tả phương pháp ông đã dùng để đi vào trạng thái đó như sau:

"Một khi đã nằm thoải mái, tôi đặt hai tay lên trán, tại điểm mà những người quan sát nói với tôi rằng đó là nơi có con mắt thứ ba",[8] và tôi bắt đầu cầu nguyện, tập trung tư tưởng vừa phải. Ngay từ hồi đầu, tôi đã theo những phương pháp thực hành thường dùng trong thiền định nhập môn một cách vô thức và tự nhiên. Tôi muốn nói đó là cách tôi để hai bàn tay lên trán tại điểm giữa hai con mắt. Rồi tôi chờ vài phút cho đến khi tôi bắt gặp được một dấu hiệu, đó là khi có một "Tia Sáng" màu trắng lóe lên chói lọi, đôi khi ngả sang màu vàng kim, "Ánh Sáng" này đối với tôi là dấu hiệu cho biết tôi đã tiếp xúc được với vô thức vũ trụ. Khi không thấy "Ánh Sáng" đó thì tôi không nói được gì cả."

[8] Giao điểm của hai chân mày và sống mũi, nơi Đức Phật phóng Bạch Hào Tướng Quang khi thuyết *Kinh Pháp Hoa*.

"Sau khi đã thấy "Ánh Sáng" đó rồi, tôi di chuyển hai tay xuống ngực. Mấy người quan sát bảo rằng lúc đó hơi thở của tôi trở nên sâu lắng và nhịp nhàng. Chừng vài phút trôi qua, hai mắt tôi khép lại (trước đó mở, tập trung nhìn vào một điểm vô hình), hướng dẫn viên biết rằng tôi đã sẵn sàng nhận ám thị để đọc."[9]

[9] W. H. Church, sđd., p. 13-14.

Đó là những gì trong bí quyết đọc quá khứ của Cayce, do chính ông nói ra. Còn xuyên qua những điều ông làm trong đời thường hoặc đọc trong giấc thôi miên, người ta nghĩ rằng Cayce có khả năng tiên tri và xuất hồn. Chẳng hạn ông có thể tập trung tư tưởng để truyền tín hiệu tới người ở xa, hoặc đoán trước những việc sắp xảy ra. Khi đọc bệnh cho những người có mặt ở nơi xa, thường bao giờ ông cũng bắt đầu bằng câu, "Vâng, tôi đã gặp được đương sự..." và đưa ra vài nhận xét về quang cảnh và thời tiết tại nơi đó. Sau đó, người ta kiểm chứng lại thì thấy rất chính xác, và nghĩ rằng chỉ có người xuất hồn mới đi xa được như thế.

III. VÀI NHẬN XÉT VỀ TRƯỜNG HỢP CỦA CAYCE

Dưới cái nhìn của Phật Giáo, trường hợp của Edgar Cayce không có gì lạ lùng, khó hiểu. Như đã trình bày, thiền định hay thần thông không phải là những phạm trù độc quyền của Phật Giáo.

Bằng phương pháp tu tập riêng, tu sĩ thuộc các tôn giáo khác như Ấn Giáo hay Yoga, tới một mức độ nào đó, cũng có thể đắc "Tam Minh" hay "Ngũ Thông".[10]

[10]Tam Minh là: (1) Thiên Nhãn Minh (biết việc sống chết về đời sau của mình và của người khác); (2) Túc Mạng Minh (biết việc sống chết về đời trước của mình và của người khác); và (3) Lậu Tận Minh (biết được cảnh khổ của đời hiện tại và diệt hết phiền não).

[10]Ngũ Thông là: (1) Thiên Nhãn Thông (thấy rõ vật lớn nhỏ xa gần, không bị trở ngại về không gian); (2) Thiên Nhĩ Thông (nghe hết mọi âm thanh lớn nhỏ của mọi loài, bất kể xa gần); (3) Tha Tâm Thông (đọc được tư tưởng kẻ khác); (4) Túc Mạng Thông (biết kiếp trước và kiếp sau của mình và của người khác); (5) Như Ý Thần Túc Thông (muốn đi đến đâu là đến nơi tức khắc). Sự sâu cạn trong mỗi thần thông là tùy mức độ tu chứng của hành giả.

Nhiều cao đệ của Phật vốn xuất thân từ hàng tu sĩ cao cấp của Ba-La-Môn, đã đắc nhiều thần thông. Từ đắc thần thông đến giác ngộ chân lý giải thoát tột cùng là một bước đường còn rất xa.[11]

[11]Truyện tích Phật Giáo có câu chuyện điển hình về vấn đề này: Ưu-Đầu-Lam-Phất (Udraka Ramaputra) là một tu sĩ đã đắc ngũ thông, có nhiều quyền phép được đương thời tôn là một vị Tiên. Vua Tần-Bà-Sa-La (Bimba Sala) rất tôn trọng. Vua dặn Hoàng Hậu khi nào Vua đi vắng mà Tiên Ông tới thăm thì phải cung kính tiếp đãi trọng thể. Một lần nọ, Ưu-Đầu-Lam-Phất đằng vân tới hoàng cung thăm Vua nhưng Vua đi vắng. Hoàng Hậu vâng lời dặn, cung kính đón tiếp. Khi bà quỳ gối đảnh lễ, Tiên Ông chợt thấy bà quá xinh đẹp nên khởi tâm bất chánh, vì vậy mất hết các phép thần thông đã có, đến nỗi phải lủi thủi cuốc bộ về núi chứ không còn đi mây về gió như trước nữa. Ông phải mất một thời gian dài tu tập mới phục hồi được các thần thông cũ, nhưng lại vướng vào nghiệp mới. Số là sau khi từ cung cấm trở về, do tâm niệm bị giao động mạnh, nên ngồi thiền định ở đâu cũng bị ngoại cảnh quấy rầy. Xuống suối thì bị cá tôm rứt ria; ngồi dưới gốc cây thì bị chim đến làm tổ trên đầu... Không nén được cơn giận, có lúc ông khởi nên ý nghĩ là hóa làm con chồn bay để giết cả chim lẫn cá. Ý nghiệp này đã làm cho ông phải làm một kiếp chồn bay, trước khi được hưởng những phước báo do việc tu tập đem lại (Đoàn Trung Còn, *Phật Học Tự Điển III*).

Qua những gì Cayce đã nói, có thể hiểu rằng trong tiền kiếp nào đó, ông đã đắc Túc Mạng Thông. Tùy theo cấp độ tu chứng mà sức biết này sâu cạn khác nhau. Các Đức Phật có sức thấy biết vô lượng vô biên kiếp.[12]

[12] Xem *Kinh Pháp Hoa, Phẩm Hóa Thành Dụ* chẳng hạn.

Bậc A-La-Hán có thể biết đến một trăm ngàn (100,000) kiếp. Người tu hành có thể biết được một vài kiếp hay nhiều hơn. Cũng tỷ như cùng xử dụng bài La-Hán-Quyền, nhưng một võ sinh đánh ra, uy lực và tác dụng không thể nào sánh được với một vị võ sư. Nhạc của Trịnh Công Sơn, chị Khánh Ly hát mới thấm thía, dù ai hát cũng được.

Trong tình trạng ý thức, Cayce là một tín đồ thuần thành, rất mực ngoan đạo, chỉ học đến lớp bảy, ít đọc sách, ngoại trừ *Thánh Kinh* (theo xác nhận của gia đình và thân hữu), kiến thức hạn chế. Thế nhưng trong vô thức, ông là một con người khác hẳn, biểu lộ một sự uyên bác khác thường về nhiều mặt, nhất là về y học và đạo học. Đó là nhờ vốn kiến thức và kinh nghiệm đã được tích lũy từ những kiếp xa xôi về trước.

Bác sĩ Ketchum khi báo cáo về trường hợp của Cayce đã ca ngợi kiến thức y học của ông, đâu biết rằng thời Cổ Đại Ai Cập, ông đã từng là một thầy thuốc giỏi. Về mặt tôn giáo, nếu Cayce có khuynh hướng tôn giáo mạnh mẽ (thời thiếu niên đã từng mơ ước làm mục sư) vì hạt giống tôn giáo đã có sẵn trong thức tái sinh rồi. Trong tiền kiếp, ông đã từng là tu sĩ cao cấp, đắc một số thần thông, nhưng còn kiêu căng và đắm mê dục lạc nên phải luân hồi để học hỏi, như ông đã từng thú nhận khi tự đọc về cuộc đời mình.

Một câu hỏi có thể đặt ra, là tại sao vốn là người không ở trong hệ thống giáo pháp của Phật hoặc của Ấn Giáo mà lại biết về nhân quả, nghiệp báo, và luân hồi rành như thế? Điều này cũng không có gì khó hiểu.

Đức Phật đã từng dạy "Phật pháp bất ly thế gian pháp". Nguyên lý của đạo nằm chính ngay trong cuộc đời này. Nhân quả, nghiệp báo, và luân hồi là những qui luật phổ quát của vũ trụ, vô sở bất tại, vận hành đều khắp, và chi phối tất cả, ngoại trừ những đấng đã giác ngộ. Thế nên hễ ai có trí tuệ đều có thể nhận thức được và từ đó rút ra cho mình và cho người những bài học hữu ích. Chân lý chỉ có một, nhưng có nhiều con đường để đi đến chân lý, chỉ có khác là đường xa hay gần, đường dễ đi hay khó đi, đường quang đãng hay đầy sương mù và vực thẳm. Trong hệ thống cấp độ tu chứng của Phật Giáo, có một quả vị gọi là Độc Giác Phật. Đó là bậc sinh ra đời không gặp Phật, không biết đến Phật pháp, nhưng nhờ chiêm nghiệm lẽ Đời mà ngộ Đạo.

Chính bằng một con đường khác để tiếp cận chân lý, và vì chưa đạt đến trình độ "Chánh Biến Tri"[13] như Đức Phật nên cách diễn đạt của Cayce có khác đi và có phần hạn chế. Căn cứ vào "Lý Nhân Duyên", Phật Giáo đã phân loại nghiệp theo lực tác động hình thành và thời gian trổ nghiệp (Chương III), còn Cayce phân loại nghiệp theo hình thức thể hiện.

[13] Đấng thấu rõ đúng đắn như thật tất cả mọi lẽ. Một trong mười danh hiệu của một Vị Phật.

Vì phân loại nghiệp theo "Tướng" (Hiện Tượng) chứ không theo "Tánh" (bản chất: Lý Nhân Duyên) nên Cayce đã không giải thích được cặn kẽ khi có người nêu thắc mắc về thời gian nghiệp trổ. Chẳng hạn, trong một lần đọc bệnh, sau khi nghe dẫn chứng những nhân ác mà người bệnh đã gieo từ một tiền kiếp xa lắc xa lơ, mãi đến bây giờ mới trổ quả, có người tham dự đã nêu câu hỏi: "Tại sao nghiệp không xuất hiện trước đó mà phải chờ đến bây giờ?" Ông chỉ trả lời đơn giản, "Bởi vì nó không thể xuất hiện trước đó."

Với loại nghiệp đến đời sau mới trổ (Thuận Hậu Nghiệp) hoặc thời gian trổ nghiệp không thể xác định được (Thuận Bất Định Nghiệp), có khi được Cayce gọi là nghiệp treo (Suspension Karma) để diễn tả cái ý thời gian bất định trổ nghiệp. Các nhà biên khảo đã ví loại nghiệp này như lưỡi gươm Damocles treo trên đầu tội nhân bằng một sợi tóc, không biết sẽ rơi xuống khi nào.

Thực ra, ý niệm về Lý Nhân Duyên không phải là không có ở Cayce, chỉ có điều ông chưa hệ thống hóa được sự hiểu biết đó, nên ý niệm này chỉ thấy rải rác đây đó.

Chẳng hạn, ông coi luân hồi là một tiến trình giúp linh hồn tiến hóa, và nghiệp là cơ hội cho linh hồn học lại bài học chưa hiểu và chưa thuộc. Vì vậy, theo ông, nghiệp chỉ trổ khi linh hồn có điều kiện và trình độ để tiếp thu bài học. Thời gian nghiệp chưa trổ là thời gian để cho linh hồn thu thập thêm kinh nghiệm hầu có đủ khả năng tiếp thu bài học. Nói cách khác, nghiệp chỉ trổ khi hội đủ nhân duyên.

Gạt ra ngoài hình tướng của ngôn ngữ, ta có thể thấy rằng sự hiểu biết của Cayce về nghiệp báo và luân hồi rất gần với quan điểm Phật Giáo.

Những gì ông nói ra, những gì ông dẫn chứng đã giúp mọi người hiểu rõ thêm những điều Đức Phật đã dạy từ mấy ngàn năm trước. Trong những chương kế tiếp, bạn đọc sẽ thấy khoa học đi những bước kế tiếp như thế nào để hỗ trợ cho những gì Cayce đã nói.

Nếu được có thêm một cảm nghĩ nào đó về trường hợp của Cayce, chúng tôi thiết nghĩ rằng sự xuất hiện của ông ở nước Mỹ vào lúc đó cùng với những gì ông đã nói và đã làm, là một huyền nhiệm. Thực vậy, giữa một xã hội rất xa lạ với tư tưởng nhân quả luân hồi, nếu những điều này được đem ra thuyết giảng qua một tu sĩ Ấn Giáo hay Phật Giáo, chắc chắn hiệu quả của sự thuyết phục không cao, không gây được sự chú ý lớn lao trong quần chúng. Thế nên, một hiện tượng nghịch lý đã diễn ra—nếu nhìn bằng con mắt thế gian—ấy là việc một tín đồ Tin Lành đi thuyết giảng về nghiệp báo luân hồi như một mặc khải; để nặng phần thuyết phục, lại có thêm sự hỗ trợ của khả năng chữa bệnh tài tình.

Vai trò của Edgar Cayce là sứ giả dạo khúc nhạc đầu.

IV. VÀI MẪU TRÍCH THUẬT

1. Stella Kirby

Stella Kirby là một phụ nữ trầm lặng, đã ly dị chồng nhưng có một con phải nuôi dưỡng nên cần có việc làm.

Theo lời khuyên của bạn bè, Stella đi học một khóa trợ tá (nurse) và được giới thiệu đến làm tại một gia đình giàu có.

Cuộc phỏng vấn diễn ra tốt đẹp, Stella được người quản gia bằng lòng thu nhận ngay với một mức lương gần gấp đôi mức lương bình thường. Đã thế, lại được dành cho một phòng riêng lịch sự trong ngôi nhà to lớn sang trọng, và được cung cấp các bữa ăn miễn phí. Stella nghĩ rằng thật không thể có một may mắn nào hơn, nhưng khi đối diện với công việc, bà đã như vụt rơi xuống vực thẳm: bà được thuê để chăm sóc một người mất trí khá trầm trọng.

Đó là một người đàn ông trên sáu mươi tuổi, ngớ ngẩn và ngây dại với đôi mắt đờ đẫn thất thần. Khi Stella bước vào phòng, thấy ông ta đang ngồi ở trên giường, xé áo quần. Giường được đặt trong một lồng sắt, có lẽ để phòng những cơn điên loạn. Từ con người nhếch nhác bẩn thỉu của ông ta bốc ra một mùi hôi hám không chịu được. Stella kể lại rằng bà ta phải chạy vào phòng vệ sinh nôn thốc nôn tháo ra. Công việc của bà là lo tắm rửa, thay quần áo và chăm sóc miếng ăn cho người bệnh. Công việc rất vất vả khỏi phải nói, rất xứng với đồng lương được trả. Khổ nhất là người bệnh hầu như mất trí, thường không nghe lời chỉ bảo.

Quá thất vọng, Stella nuôi ý định nghỉ việc nếu kiếm được việc khác. Điều làm cho bà phân vân chưa quyết định là đồng lương hậu hĩ và cách đối xử rất tử tế của gia đình. Tình cờ có dịp đến Virginia Beach, nghe tiếng Cayce, bèn đến nhờ giải đáp.

Trong cuộc đọc đời cho Stella, Edgar Cayce cho biết giữa bà và người đàn ông mất trí kia đã có những mối liên hệ trong quá khứ rất chặt chẽ. Trong một kiếp ở thời Cổ Ai Cập, người đàn ông nọ là con trai của Stella, đã bị mẹ bỏ rơi từ lúc còn bé. Đến kiếp kế tiếp, cả hai đầu thai tại một nước ở Trung Đông.

Bấy giờ, người đàn ông là một phú gia rất giàu lòng từ thiện, thường đem của cải giúp người nghèo khó. Tuy nhiên, trong đời sống riêng tư, ông là một tay đắm mê sắc dục có hạng. Trong Harem (một loại hậu cung, dành cho các bà) của ông ta không thiếu chi người đẹp ngày đêm hầu hạ, trong đó có Stella, trong vai một người vợ lẽ, rất chán ghét cuộc sống sô bồ không tình nghĩa đó.

Trước ý định bỏ việc của Stella, Cayce khuyên rằng không nên. Theo ông, con bệnh có thể được tình thương chuyển hóa, đi đến một tình trạng tốt hơn. Việc ông ta giàu có, nhưng không được hưởng thụ là nghiệp riêng của ông ta, nhưng đối với Stella, bà phải làm tròn cái thiên chức làm mẹ vốn đã bỏ bê con từ thời xa xưa ở Ai Cập. Bỏ việc, có nghĩa là chạy trốn; nợ nần như thế xem như là chưa giải quyết xong trong kiếp này thì sẽ còn đeo đẳng mãi cho đến khi tất cả đều được trang trải sòng phẳng. Hãy đem tình thương để giúp đỡ ông ta, Cayce đã nhấn mạnh với Stella như thế.

Stella vốn không có ý niệm về nhân quả và nghiệp báo và cũng không có khuynh hướng về tôn giáo.

Tuy nhiên, vì cũng tiếc một chỗ làm tốt nên bà đã thử theo lời chỉ dẫn của Cayce xem kết quả đến đâu. Theo thư bà gởi cho hội A.R.E. sau này, hiện còn lưu trữ trong hồ sơ, Stella cho biết bà đã cố quên những nhọc nhằn khó khăn để săn sóc bệnh nhân và một ngày kia sự diệu kỳ xảy đến: bệnh nhân như có phần tỉnh lại, nhận ra sự có mặt của Stella, đôi mắt không còn thất thần nữa, biết vâng lời chỉ bảo và chịu ăn uống tắm rửa. Căn phòng không còn là một địa ngục hôi hám. Stella ngày càng thoải mái với công việc cho đến khi người bệnh mất vào hai năm sau. Stella xem đấy là thành quả lớn nhất trong đời mà bà gặt hái được.

2. Irene McGinley

Irene McGinley là một thiếu nữ xinh đẹp, thông minh, và có năng khiếu về âm nhạc, nhưng chẳng may lại mắc chứng bệnh quái ác là bị lao xương đùi. Xương cứ mục dần và thường gây đau nhức bên hông.

Bác sĩ khuyên tháo bỏ khớp háng để đề phòng di căn nguy hiểm.

Gia đình phân vân không dám quyết định, nên mới tìm đến Cayce, nhờ mách bảo. Năm đó, McGinley được mười bảy tuổi.

Qua cuộc đọc bệnh cho Irene, Cayce đồng ý là phải tháo bỏ khớp háng mới an toàn. Mỗi lúc Irene bị bệnh hành, không đi lại được, cũng như thời gian dưỡng bệnh sau cuộc giải phẫu cắt bỏ cái chân, cô đều trông cậy vào sự săn sóc tận tình với tình thương hiếm có của người chị dâu trưởng tên là Kit. Cayce cho biết cái chứng bệnh quái ác của Irene cũng như mối liên hệ chị dâu em chồng giữa Irene và Kit không phải là một sự tình cờ. Đó chỉ là kết quả cuộc vận hành của nghiệp.

Dưới thời bạo chúa Nero (54-68) của Đế Quốc La Mã, lúc tín đồ Thiên Chúa Giáo bị tàn hại cao độ, thì Irene là con nhà quí tộc giàu có, nhiều thế lực. Irene yêu thích âm nhạc, nhưng có một tánh xấu là thấy ai có khuyết tật cơ thể thì thường hay chế nhạo. Đã thế, lại ích kỷ và dễ sinh lòng oán hận. Trong cao trào chống Thiên Chúa Giáo lúc đó, Irene cũng có công đóng góp bằng cách để tâm dò xét kẻ ăn người ở trong nhà xem có ai cải giáo không, để báo với chính quyền. Bấy giờ Kit, chị dâu của Irene, hiện nay là con gái của một vệ sĩ của gia đình. Vì cùng trang lứa và cùng sở thích âm nhạc, cả hai sớm trở thành một đôi bạn khắn khít, thường gần gũi nhau chuyện trò, ca hát, hòa nhạc, và tâm sự.

Kit được gia đình Irene đối xử bình đẳng. Đặc biệt, Kit có khuynh hướng tôn giáo mạnh, sớm có cảm tình với Thiên Chúa Giáo, rồi sau đó bí mật trở thành một tín đồ. Irene dần dần cũng có khuynh hướng đó nhưng chưa vượt qua được ranh giới nề nếp gia đình và nỗi sợ hãi luật pháp tàn bạo để trở thành một tín đồ như Kit. Do sự đồng cảm đó, Kit đã tiết lộ cho Irene biết về bí mật tôn giáo của cô.

Tình bạn giữa hai người đang tốt đẹp như thế thì sóng gió xảy ra, chỉ riêng đối với Irene. Cả Kit và Irene cùng quen với một thanh niên, cả hai đều có cảm tình với anh ta, nhưng phần thắng đã nghiêng về Kit vì anh ta chỉ yêu Kit mà thôi.

Khi biết được điều đó, lòng ghen tương đã đưa Irene đến một quyết định tàn ác, là đem việc cải giáo của Kit tố cáo với chính quyền.

Ngày Kit và hàng trăm tín đồ khác bị Nero ra lệnh đem hành hình tại đấu trường, Irene đã rủ người bạn trai kia đi dự với mục đích hả hê được thấy anh ta đau khổ trước cảnh người yêu bị hành tội. Khi thấy vuốt sư tử xé toạc một bên hông của Kit, Irene đã phá lên cười thích thú. Cô đã thỏa mãn được lòng ghen hận, nhưng mất tất cả.

Theo Cayce, nhờ thấm nhuần tư tưởng bác ái của Chúa, Kit chết mà không oán hận bạn mình. Còn Irene, khi lửa ghen tuông tàn lụi, thì ân hận vô cùng. Tuy nhiên, tiếng cười khoái trá khi thấy bạn bị sư tử xé xác đã hình thành một nghiệp báo (ý nghiệp) khiến Irene phải chịu chứng lao xương đùi ngày nay. Và vì cô đã từng nhạo báng những người tàn tật nên nay cô cũng trở thành phế nhân để cảm thông với nỗi bất hạnh của người bị tàn phế.

Cayce nói rằng không nên hiểu như một sự "trả thù", mà hiểu rằng đó chính là cơ hội để cho người tạo nghiệp học hỏi bằng thực tế tiến bộ. Phương thuốc tinh thần mà Cayce chỉ cho Irene áp dụng để sống an lạc trong chuỗi đời còn lại là:

"Nay đương số có thể vượt qua những trói buộc đã có phải biết sống thế nào cho phải đạo: hãy từ bỏ thói khinh khi, chế nhạo; hãy sống nhẫn nhục và kiên trì. Hãy cầu nguyện và tìm thú vui trong âm nhạc, tỏ ra tử tế với mọi người, nói lời dịu dàng... những biểu lộ đó sẽ đem lại sự hoàn thiện cho tâm trí, cho linh hồn và cho thể xác."

Tiền kiếp của Irene như vậy đã rõ, nhưng còn Kit, tại sao lại có mặt trong gia đình này và đem công săn sóc cho một người bạn đã từng phản bội mình đến chỗ toi mạng?

Theo Cayce, thời cổ Ai Cập và sau đó tại Ả Rập, Kit đã có mặt, đã từng có những sở đắc tốt về một số lãnh vực nhưng đồng thời cũng có những thoái hóa khác. Sở dĩ Kit biết cách săn sóc Irene là vì đã tích lũy được kinh nghiệm này từ kiếp sống ở Ai Cập.

Sau đó, khi tái sinh ở Ả Rập, do có một địa vị trong xã hội, Kit lại tập nhiễm những thói xấu mới. Đến thời La Mã thì có sự tiến bộ lớn lao, là biết tìm về với Chúa. Kiếp kế đó, Kit đầu thai dưới thời Cách mạng Pháp (1789).

Năm mười hai tuổi, Kit chứng kiến cảnh lực lượng cách mạng vây bắt tại trận vợ chồng vua Louis XVI và hoàng hậu Marie Antoinette khi cả hai đang tìm đường tẩu thoát khỏi kinh đô Paris. Ấn tượng này đã nuôi dưỡng nhiệt tình cách mạng của Kit, nên vừa đến tuổi trưởng thành, Kit đã tìm cách tham gia ngay vào phong trào và dần dần trở thành một nhân vật quan trọng trong chính quyền mới. Đây chính là lúc thuận tiện làm phát triển những mầm mống xấu vốn đã có sẵn ở Kit, tập nhiễm từ thời đầu thai ở Ả Rập, biến nàng thành một con người kiêu căng, tự cao tự đại. Cayce giải thích rằng cuộc sống khiêm tốn ngày nay của Kit trong vai trò của một người nội trợ, một người chị săn sóc em chồng bệnh tật, chính là dịp cho Kit kềm hãm bớt những gì bồng bột cao ngạo và đầy tham vọng trước kia.

3. Một Thiếu Nữ (Không Tiện Nêu Tên)

Một thiếu nữ (không tiện nêu tên) xinh đẹp, tưởng có thể tìm thấy hạnh phúc bên cạnh người chồng xứng ý và đàn con xinh đẹp, nhưng mãi mãi chỉ là thất vọng.

Không có ai yêu cô chân thành, còn người cô yêu thì anh ta ngoảnh mặt làm ngơ. Hận đời, cố tìm quên trong men rượu và những cuộc vui tạm bợ, nay cặp với người này, mai đi với kẻ khác. Lắm lúc cô tự xỉ vả lối sống phóng đãng đó, cũng muốn sửa đổi nhưng chứng nào vẫn tật đó.

Không hiểu tại sao được sinh ra với một nhan sắc xinh đẹp như thế mà cuộc đời lại chỉ toàn gặp chuyện bất như ý, cô tìm đến Cayce, nhờ giải đáp. Ông cho biết:

Trong một tiền kiếp ở Ba Tư, cô là con gái cưng của một tù trưởng giàu có. Vừa có nhan sắc, lại sống trong cảnh thừa tiền bạc và quyền lực nên cô trở thành một người đẹp đầy kiêu ngạo, không dễ cho các chàng trai gần gũi. Trong một trận giao chiến với bộ lạc Bedouins (dân du mục sống ở Bắc Phi và bán đảo Ả Rập), bộ lạc của cô đại bại, cả hai cha con đều bị bắt. Cô được phe thắng trận đem gả cho một viên chức trẻ, là người đã tỏ ra yêu thương cô hết lòng. Bản tính kiêu ngạo đã làm cho cô bỏ lỡ một cơ hội làm cho cuộc đời tốt đẹp hơn.

Mặc dù được chồng yêu thương hết mình, cô vẫn một mực lạnh lùng và nuôi một lòng căm thù sâu xa đối với kẻ chiến thắng. Sau khi sanh một bé gái cô đã tự vẫn. Tình mẫu tử đã không đủ mạnh để níu cô lại với cuộc đời.

Đến kiếp kế tiếp, cô đầu thai làm công chúa tại nước Pháp. Xã hội bấy giờ chuộng vật chất nề nếp sống thiếu đạo đức, phụ nữ dễ sa ngã. Cái tánh tự cao, luôn luôn cho mình là phải, lại có dịp phát triển. Cô thường phê phán khắc khe những phụ nữ mềm yếu lỡ lầm.

Cayce nói: "Những kẻ mềm yếu về xác thịt đó, liệu có phải là một lỗi lầm lớn chăng? Ta nên hiểu rằng việc kết án người khác cũng là tự kết án mình."

Trả lời cho câu hỏi không hiểu vì sao tình yêu của cô đã không được đáp ứng, Cayce nói:

"Anh ta đối xử với cô như hiện nay theo cái kiểu cô đã đối xử với anh ta thuở trước ở nước Ba Tư. Khi cô làm điều gì cho kẻ khác, điều đó sẽ trở lại với cô."

Cayce cũng cho biết cô rất khó hy vọng có con, mặc dù cô rất mong muốn, vì đó là quả báo của việc khước từ tình mẫu tử thuở tiền kiếp.

(Theo Noel Langley, *Edgar Cayce on Reincarnation*.)

CHƯƠNG BỐN
KHOA HỌC VÀ LUÂN HỒI

Khi đề cập tới khoa học việc nghiên cứu về luân hồi, không thể nào không nói đến bác sĩ Stevenson. Trên thế giới, ông là nhà khoa học đã can đảm tiên phong thám hiểm một lãnh vực mà từ trước tới nay người ta đã có thành kiến là dị đoan, phi lý, không muốn đá động tới. Công trình được thực hiện trên một qui mô rộng lớn, trong một thời gian khá dài, hơn mười năm, trước khi được công bố trước học giới và dư luận.

Tháng chín năm 1977, chuyên san y học *Journal of Nervous and Mental Disease* (JNMD) dành số một trăm sáu mươi lăm (165) cho chuyên đề nghiên cứu về luân hồi của Bác sĩ Ian Stevenson. Việc này đã tạo một bất ngờ lớn trong giới đọc giả y học và khoa học. Tiến sĩ Eugene Brody, một nhà tâm thần học, chủ bút JNMD, cho biết hàng trăm đọc giả sau đó đã yêu cầu tòa soạn cho tái bản số báo, chứng tỏ vấn đề được dư luận đặc biệt quan tâm. Nhưng đó chỉ mới là khúc nhạc dạo đầu. Những công trình nặng chất lượng của Stevenson được xuất bản sau đó mới thật sự gây nên ấn tượng mạnh mẽ và nâng cao uy tín của ông trong lãnh vực mới mẻ này đối với Tây phương, đồng thời góp phần quan trọng trong việc gây chuyển biến nhận thức về luân hồi nghiệp báo.

I. IAN STEVENSON LÀ AI?

Sinh năm 1918 ở Canada, Ian Stevenson tốt nghiệp bác sĩ chuyên khoa tâm thần tại Đại Học Mac Grill (Montreal, Canada) vào năm 1943. Sau đó ông sang định cư tại Hoa Kỳ, vừa hành nghề bác sĩ vừa dạy học đến năm bốn mươi ba tuổi thì hoàn toàn nghỉ việc để dành trọn thì giờ cho việc nghiên cứu luân hồi. Vừa là một bác sĩ, vừa là một giáo sư chuyên khoa tâm thần tại Đại Học Y Khoa Virginia (Virginia Medical School), tại sao Stevenson vừa có danh giá vừa hái ra tiền lại đem công của ra nghiên cứu một vấn đề xa lạ trong hệ thống tư tưởng Âu Mỹ như thế? Trong cuộc phỏng vấn dành cho báo *The New Yorker*, ông đã giải thích với ký giả Kinkaid:

"Cái gì đã làm cho tôi từ bỏ truyền thống y khoa và nghề nghiệp chuyên môn để đi vào việc không có vẻ chính thống như thế? Tôi dần dần thấy bất mãn với những phương pháp chữa trị bệnh nhân đã được áp dụng trong ngành tâm thần (Psychiatry) và tâm lý (Psychology), cho rằng con người là sản phẩm của di truyền vật chất của người (kế thừa từ tổ tiên, cha mẹ) cùng những ảnh hưởng khác nhau của môi trường tiền thiên (prenatal) và hậu thiên (postnatal). Nhưng tôi nghiệm thấy rằng có những trường hợp chúng ta không thể bằng lòng với những giải thích về di truyền, về ảnh hưởng của môi trường, hoặc kết hợp của tất cả những ảnh hưởng này".[1]

[1]*Nguyệt San Family Circle*, p. 14-16, **1978**.

II. PHƯƠNG PHÁP LÀM VIỆC CỦA BÁC SĨ IAN STEVENSON

Ngoài Anh ngữ là tiếng mẹ đẻ, Stevenson thông thạo tiếng Pháp, tiếng Đức, và biết chút ít tiếng Tây Ban Nha. Khi điều tra tại những vùng không thông thạo ngôn ngữ, ông dùng hai hoặc ba thông ngôn để bảo đảm sự phiên dịch cho trung thực. "Để khảo sát các trường hợp luân hồi, tôi áp dụng phương pháp của các nhà sử học, của các luật sư, và các nhà tâm thần học. Tôi thu thập lời khai của các nhân chứng càng nhiều càng tốt. Đối với một trường hợp luân hồi mà phỏng vấn dưới hai mươi lăm người là điều ít có. Tôi cũng thường trở lại chỗ cũ mấy năm sau để tiếp tục phỏng vấn mấy người đó". Stevenson đã viết như thế khi trình bày về phương pháp làm việc của ông. Phương pháp của các nhà sử học, của các luật sư, và các nhà tâm thần học là phương pháp gì? Có thể hiểu một cách nôm na đơn giản là sự vận dụng tối đa mọi kỹ thuật điều tra, khảo sát, phỏng vấn, thu thập bằng chứng, và thẩm định giá trị nguồn tin v.v... để khám phá cho được sự thật của vấn đề nằm ở đâu, đồng thời phát hiện những gian dối sai lạc nếu có, làm cho sự kiện trở thành đáng tin là nó đã xảy ra đúng như thế.

Nói một cách khác, đó là một lối làm việc đầy thận trọng, nghiêm túc, và bảo đảm giá trị của công trình.

Ngay từ đầu, ông đã thu thập tài liệu liên hệ đến hiện tượng luân hồi đã được ghi nhận qua sách vở và báo chí.

Sau đó, từ năm 1966, công cuộc nghiên cứu mới thực sự đi vào nề nếp và mở rộng.

Để thực hiện cho được mục đích đã vạch, ông liên lạc với những người khác trên thế giới, cùng quan tâm đến vấn đề luân hồi, hình thành một mạng lưới thông tin gồm các cộng tác viên tại các vùng, các quốc gia nhằm kịp thời thông báo cho ông những tin tức mới nhất về các trường hợp nghi vấn là luân hồi vừa được phát hiện, để ông kịp thời đến khảo sát.

Nếu vì lý do nào đó làm ông không thể đến sớm được, ông sẽ ủy nhiệm người tin cậy tại nước đó sưu tập tài liệu và tin tức ban đầu, sau đó ông sẽ đích thân đến điều tra xác minh.

Stevenson hiện có trong tay hơn 2.000 hồ sơ luân hồi đã được sưu tập từ nhiều miền trên thế giới. Tuy nhiên, đối tượng mà ông quan tâm hơn, khảo sát hơn cả là trường hợp luân hồi ở trẻ em, vì theo ông, trẻ em vốn tuổi đời non dại, sự tiếp xúc với xã hội bên ngoài chưa nhiều, do đó, ảnh hưởng của vô thức (Subconscious Influence) chưa nhiều như người lớn để có thể làm sai lạc các chuyện kể lại từ tiền kiếp.

Hồ sơ được phân làm hai loại:

1. Solved cases

Loại thứ nhất, được ông gọi là *solved cases* (những trường hợp đã được giải đáp), tức là những trường hợp mà ông đã có đầy đủ bằng cớ hết sức hiển nhiên về sự tái sinh, vì đã kiểm chứng được cả kiếp trước và kiếp hiện tại của người đó, mọi chi tiết được kể lại hoàn toàn phù hợp với những gì đã xảy ra trong quá khứ, chứng tỏ hai là một.

2. Unsolved cases

Loại thứ hai gọi là *unsolved cases* (những trường hợp chưa được giải đáp), là những trường hợp không thu thập được hoặc thu thập rất ít bằng cớ về kiếp trước, mặc dù đã đầy đủ những bằng cớ gián tiếp trong hiện tại chứng tỏ rằng đây là một trường hợp tái sinh chứ không phải là một màn bịa đặt.

Những công trình chính của Stevenson là:

(1) Cases of the reincarnation type (những trường hợp luân hồi, gồm bốn tập, phân loại theo khu vực sưu tập).

(2) Twenty cases suggestive of reincarnation (hai mươi trường hợp có thể xem là luân hồi).

(3) Children who remember previous lives, a question of reincarnation (trẻ em nhớ tiền kiếp, một vấn đề thuộc về luân hồi).

(4) Unlearned language: new studies in xenoglossy (ngôn ngữ không học mà biết: nghiên cứu mới về ngôn ngữ lạ).

Những công trình nầy đều do cơ sở University Press of Virginia lần lượt xuất bản. Những trích dẫn về Stevenson trong chương trình này đều được rút từ những tác phẩm vừa nói.

Về những trường hợp luân hồi đơn cử sau đây người viết đã tổng hợp gọn nhẹ để bạn đọc tiện theo dõi, còn trong phúc trình, các bước điều tra được mô tả tỉ mỉ hơn nhiều, qua đó, có thể thấy được phương pháp làm việc đầy nghiêm túc của Stevenson.

III. VÀI TRƯỜNG HỢP ĐIỂN HÌNH

1. Maria Kiếp Trước Và Martha Kiếp Sau

Tại vùng Rio Grande do Sul ở cực nam của nước Brasil (Nam Mỹ), có một chủ trại chăn nuôi giàu có, tên là C. J. de Oliveiro, sinh được một bé gái, đặt tên là Maria.

Trong gia đình thường gọi thân mật là Sinhá và hay zinha. Lớn lên thích cuộc sống nông thôn, và thích có bạn bè.

Trong số đó, đặc biệt Maria tỏ ra tâm đầu ý hiệp với một người bạn gái lớn tuổi tên là Ida Lorenz vợ của một giáo viên, ở làng Feliciano bên cạnh. Ông Oliveiro lại không thích cho con gái giao du với bà này, thường rầy la và nghiêm cấm. Khi việc nghiêm cấm trở thành gay gắt thì Maria đâm ra thất vọng, buồn bã, và tinh thần sa sút thấy rõ.

Người cha thấy vậy bèn tổ chức cho cả nhà đi du lịch ở Pelote, một thành phố miền biển, nghĩ rằng với cảnh trí mới lạ, Maria sẽ ham vui mà khuây khỏa chuyện Ida Lorenz.

Việc này xem ra không có hiệu quả. Maria đã tỏ thái độ chống đối bằng những hành động có tính cách hủy hoại sức khỏe, chẳng hạn hoạt động quá độ, dầm mình trong sương lạnh, trong mưa ướt, và không đếm xỉa gì đến lời khuyên bảo. Hậu quả là bị sưng họng, ho, sưng phổi rồi trở thành lao, và vài tháng sau thì chết.

Điều đáng nói là trước khi chết, Maria đã được gặp riêng Lorenz và nói với bà này hai điều.

Thứ nhất, sau khi chết, cô ta sẽ tái sinh làm con gái của Lorenz. Thứ hai, là khi đến tuổi biết nói cô ta sẽ nói cho Lorenz biết rõ về việc tái sinh này qua tiết lộ những điều liên hệ giữa hai người trong đời này để cho Lorenz hiểu sự tái sinh là thật. Lorenz không kể chuyện này với ai ngoại trừ ông chồng.

Năm sau, hai vợ chồng ông giáo sinh được một bé gái, đặt tên là Martha. Càng nói thạo, Martha càng có những câu nói lạ lùng, liên quan đến kiếp trước, khiến cả hai vợ chồng sực nhớ đến việc hẹn tái sinh của Maria. Ông chồng vốn là nhà giáo, đã cẩn thận ghi chép lại những lời nói, những chuyện kể của Martha để theo dõi xem sao. Khi việc này tới tai bác sĩ Stevenson, tập ghi chép của ông giáo trở thành một tài liệu tốt để kiểm chứng. Cuộc điều tra về kiếp trước của Martha dưới cái tên Maria, con của ông Valeiro, cùng những thử thách và đối chiếu tại chỗ một cách công phu của bác sĩ Stevenson đã chứng minh được rằng Maria kiếp trước và Martha kiếp sau chỉ là một người. Chẳng hạn, dù chưa hề đặt chân đến nhà ông Valeiro nhưng Martha có thể kể rõ về cuộc sống và cảnh trí ở đó, những giống vật nuôi trong trại, những người quen... Nó gọi nơi đó là "nhà cũ của tôi."

Khi được bác sĩ đưa đến nhà ông Valeiro, Martha đã làm ngạc nhiên nhiều người khi tỏ ra quen thuộc với những cảnh vật mới lần đầu, nhận ra người quen cũ, nhìn được những vật sở hữu của Maria trước kia và nói đúng những dấu hiệu riêng chỉ có Maria biết.

Vốn là một bác sĩ và là một nhà chuyên môn về tâm thần, Stevenson đã ghi nhận những dấu hiệu đặc biệt trong sự chuyển kiếp của Martha. Đó là việc Martha cũng đau họng (Laryngeal Pain) và bị khan tiếng (Hoarseness) như chứng bệnh Maria mắc phải khi chết. Trong gia đình Lorenz, không có ai bị hai chứng này.

Theo dõi cuộc đời Martha về sau, ông thấy rằng Martha cũng có khuynh hướng hủy hoại thân xác khi phải đương đầu với những khó khăn trong cuộc sống.

2. Kiếp Trước Giàu, Kiếp Sau Nghèo

Bishen Chan sinh ra trong một gia đình nghèo ở thành phố Bareilly, phía bắc Ấn Độ. cha là một nhân viên đường sắt cấp nhỏ. Mới mười tháng tuổi, Bishen đã bắt đầu bập bẹ những chữ rất lạ, nghe như "pilvit" hay "pilivil"; cả nhà không ai hiểu gì cả.

Khi nói sõi, Bishen bắt đầu nói chuyện tiền kiếp. Dĩ nhiên chú bé không phải kể luôn một hồi có đầu có đuôi, mà đụng đâu nói đó, nhớ lúc nào, nói lúc đó. Trong nhà chấp nối những mẩu vụn do Bishen kể, có thể hiểu rằng Bishen có tên kiếp trước là Har Nairan, có gia đình nhà cửa to lớn tại thành phố Pilibhit, cách Bareilly chừng ba mươi dặm.

Trong nhà có phòng riêng cho đàn ông và đàn bà (dấu hiệu của sự giàu sang) và có gươm có súng (dấu hiệu của thế lực).

Người cha thấy thằng bé nói năng lung tung nhăm nhí, cứ sợ thằng bé vì thế mà chết sớm, như người địa phương vẫn thường nghĩ, nên thường rầy la ngăn cấm, nhưng không có hiệu quả.

Bishen không những nhắc chuyện kiếp trước mà còn có những đòi hỏi quá đáng so với lứa tuổi của nó và hoàn cảnh thiếu thốn của gia đình. Chẳng hạn, chú bé chê áo quần may bằng vải, đòi cho được thứ may bằng tơ lụa; đòi ăn thịt uống rượu, vì thức ăn dở quá, đến "Con ở của tui cũng không thèm ăn thức ăn trong nhà này". Có lúc lại đòi bố xây nhà cho to lớn, rộng rãi để ở; đòi bố đưa tiền cho nó tiêu, thậm chí còn đòi kiếm một cô hầu gái để hủ hỉ cho vui.

Nói tóm lại, trong cái thể xác của một đứa bé chưa ráo máu đầu, Bishen là cung cách của người đàn ông giàu sang, quen thói ăn chơi. Một lần được theo cha đến thành phố khác; khi trở về, tàu tạm dừng ở nhà ga Pilibhit. Nghe người ta lao xao nói đến cái tên này, lập tức Bishen nằng nặc đòi xuống tàu về nhà, vì đây là nơi nó sinh sống, có gia đình nhà cửa đàng hoàng. Dĩ nhiên, người cha không cho, thế là Bishen khóc la, ầm ĩ.

Chuyện của Bishen cứ thế lan truyền. Một luật sư tên K. K. N. Sahay nghe được, liền tìm đến thăm, hỏi chuyện và ghi chép cẩn thận những điều thằng bé đã nói.

Sau đó, ông dẫn hai cha con đi Pilibhit, tìm hiểu xem những điều đã được kể lại xác thật tới mức nào. Mọi việc được ghi nhận tỉ mỉ trong một bản tường trình, về sau là cơ sở cho Stevenson mở rộng cuộc khảo sát hơn.

Cuộc nghiên cứu và xác minh cho biết rằng kiếp trước của Bishen là một người đàn ông độc thân, tên Laxmi Narain, thuộc gia đình giàu có, làm ăn sinh sống lâu đời ở Pilibhit. Laxmi nói được tiếng Anh, tiếng Urdi, tiếng Hindi, nhưng thường dùng tiếng Urdi, vì đó là ngôn ngữ của đẳng cấp quí tộc, đẳng cấp của Laxmi.

Anh ta được thừa hưởng một gia tài to lớn do cha để lại, đã thế lại độc thân, nên Laxmi tha hồ ăn chơi phung phí, không thiếu món gì.

Tuy chưa có vợ chính thức, nhưng trong nhà Laxmi thường trực có một cô hầu gái xinh đẹp tên Padma, lo phục vụ hằng ngày.

Cô này lại có một người đàn ông khác đang theo đuổi.

Một lần, sau khi ăn nhậu chếnh choáng trở về, bắt gặp người đàn ông nọ trong phòng Padma, Laxmi đã nổi cơn ghen, xách súng bắn chết anh ta. Nhờ tiền bạc và thế lực gia đình, Laxmi được trắng án.

Những cuộc đối chứng xác minh tại Pilibhit đã cho thấy rõ rằng những gì Bishen kể lại là sự thật, và nó chính là thân sau của Laxmi. Chẳng hạn, tuy còn bé và chưa hề đặt chân đến Pilibhit, nhưng người ta ghi nhận rằng trong lần đầu được dẫn tới nơi đây, thằng bé đã tỏ ra rất quen thuộc đường sá, chỉ đường cho xe chạy, nhận ra trường học cũ hồi còn bé, và những thay đổi của cảnh quang v.v...

Đặc biệt, khi gặp bà mẹ của Laxmi, nó nhận ra ngay, gọi là "mẹ" và cư xử như tình mẹ con thật sự. Bishen đã chỉ đúng chỗ chôn dấu vàng bạc ở trong nhà mà chỉ có hai mẹ con biết mà thôi. Số của cải nầy, bà mẹ đã đào lấy, sau khi người con trai qua đời.

Bishen cũng nhận ra được người quen của kiếp trước, ảnh của cha con Laxmi, mà Bishen chỉ từng cái và nói rằng "Đây là ảnh của cha tôi và "Đây là ảnh của tôi."

Đó là chưa kể những chi tiết vụn vặt khác mà được đem ra thử thách và Bishen đều đáp ứng thỏa đáng.

Theo dõi sự phát triển của Bishen, Stevenson ghi nhận rằng hình ảnh người hầu gái Padma đã để lại một ấn tượng sâu đậm trong tâm thức Bishen và đam mê này kéo dài rất lâu.

Càng khôn lớn, chuyện tiền kiếp càng phai nhạt, hầu như không còn nhớ gì nữa, nhưng hình ảnh Padma thì không.

Năm hai mươi ba tuổi, Bishen vẫn chưa vợ, được đổi đến làm việc tại địa phương nơi Padma cư ngụ. Người hầu gái xinh đẹp năm xưa, nay đã là bà già sáu mươi sáu tuổi, nhưng hầu như Bishen không nhận ra điều đó. Một buổi chiều nọ, Bishen ăn cắp được chai rượu tìm đến nhà Padma, tính chuyện gạ gẫm.

Padma kể lại với bác sĩ Stevenson rằng bà ta đã đập vỡ chai rượu và nói với Bishen:

"Tôi nay là một bà già, bằng tuổi mẹ anh, yêu cầu anh đi đi. Anh đã đánh mất tất cả trong kiếp trước. Nay anh hãy quên hết đi." Bishen ngẩn ngơ như bừng tỉnh cơn mê, lặng lẽ ra về, và từ đấy không còn tìm tới nhà Padma nữa.

Hai năm sau, Bishen cưới vợ, sống bình thường, tiếp tục theo dõi, Stevenson nhận thấy cuộc sống của Bishen vất vả và anh tỏ ra ân hận rằng hắn vì những lỗi lầm phung phí trong kiếp trước mà nay phải lâm vào cảnh thiếu hụt như thế.

3. Làm Em Kiếp Trước, Làm Con Kiếp Sau

Samuel Helander sinh ngày 15-4-1976 tại Helsinki, thủ đô (Finland).

Khoảng hơn một tuổi thì bắt đầu nói chuyện tiền kiếp. Kiếp trước của nó chẳng phải ai xa lạ, chính là Pertti Haikio, em ruột của mẹ nó. Stevenson mở cuộc điều tra vụ nầy từ năm 1978 đến năm 1981.

Nguyên Marja Helander (mẹ Samuel) có một người em trai tên Pertti Haikio, sinh năm 1957, chết vì bệnh tiểu đường năm mười tám tuổi (1975).

Cả mẹ là bà Anneli Lagergvist (1975), lẫn chị đều thương tiếc không nguôi.

Khi Marja có bầu được mười tuần định phá thai, thì một đêm kia chiêm bao thấy Pertti về thăm, bảo đừng phá, "hãy giữ lấy đứa bé". Marja nghe lời, sau đó sinh ra Samuel.

Tuy mới một tuổi rưỡi, đã biết tên mình là Samuel, nhưng khi có ai hỏi tên gì, bé Samuel cũng chỉ một mực trả lời là tên Petti, tức Pertti, vì bé không phát âm được chữ "r".

Ngay cả đối với mẹ, khi nghe gọi bằng tên Samuel, nó vẫn im lặng đến khi gọi bằng tên Pertti, mới chịu lên tiếng trả lời.

Samuel thường kể chuyện kiếp trước và cung cách cư xử trong gia đình giống như Pertti hồi trước. Samuel không chịu gọi mẹ là mẹ, mà gọi là chị, và gọi bà ngoại bằng mẹ. Chuyện Samuel kể là những mẩu tin tức ngắn, liên hệ tới những đồ vật cũ hay những hình ảnh cũ của Pertti thời thơ ấu (dưới mười tuổi) được Samuel nhớ kỹ các chi tiết hơn.

Chẳng hạn, khi xem ảnh của Pertti hồi bốn tuổi, nó nhớ ngay vụ gãy chân vì tai nạn xe cộ; với hình ảnh lúc ba tuổi, nó kể ngay vụ bị chó cắn.

Samuel cũng nhận ra ngay ảnh của ông ngoại nó và nói ngay rằng: "Đó là ảnh của ba tôi."

Pertti vốn là con của bà Anneli và người chồng trước, đã ly dị.

Samuel ra đời, nó chỉ được thấy ông ngoại ghẻ, và chưa bao giờ được biết mặt mũi ông ngoại thật ra sao, vì bao nhiêu hình ảnh liên hệ tới người chồng trước đã được bà ngoại nó cất kỹ, vì sợ chồng mới nổi cơn ghen.

Samuel cũng chưa bao giờ được dẫn đến nghĩa trang, nơi chôn cất Pertti, nhưng khi được đưa tới, nó chẳng tỏ vẻ gì ngạc nhiên, chỉ ngay ngôi mộ Pertti và bảo rằng nó đã từng ở đó, và tả lại cảnh mẹ (bà Anneli) và chị (Marja) đã khóc lóc thảm thiết như thế nào khi chôn cất nó (Pertti).

Samuel sợ nước, lười tắm, cũng giống như Pertti vậy, vì cậu nầy hồi còn bé, bị ngộp nước trong một lần tắm nên sợ mãi cho đến khi chết.

4. Kiếp Trước Là Người Lào, Kiếp Sau Là Người Thái

Bongkuch Promsin sinh ngày 12-2-1962 tại làng Don Kha, tỉnh Nakhon Sawan, Thái Lan; cha là một hiệu trưởng trường làng.

Khi nói sõi, Bongkuck bắt đầu kể chuyện kiếp trước. Theo đó, nó có tên là Chamrat, gia đình cư ngụ tại làng Hua Tanon (gần Don Kha), còn cha mẹ, trong nhà nuôi được hai con trâu.

Trong một lần đi chơi hội chợ do làng tổ chức, Chamrat bị hai tên cướp bắt cóc, đem ra chỗ vắng đâm chết, lột hết đồng hồ và dây chuyền, xong kéo xác bỏ ra ngoài đồng.

Sau khi chết, không thể trở về nhà được,[2] Chamrat phải ở trên một ngọn cây to, gần phạm trường. Như thế được hơn bảy năm. Vào một ngày trời mưa, thấy ông Promsin (cha Bongkuch hiện nay) đi qua, bèn lẽo đẽo theo ông ta. Khi ông leo lên xe đò trở về nhà, Chamrat cũng lên theo và sau đó đầu thai vào làm con hai vợ chồng ông hiệu trưởng trường làng, với cái tên mới là Bongkuch Promsin.

[2]Người Việt cũng tin rằng sau khi chết ngoài đường thường không về được nhà, không vào được trong nhà, vì bị Thần Môn (Thần Giữ Cửa) ngăn cản.

Cuộc điều tra của Stevenson cho biết: ông Promsin xác định vào thời điểm Bongkuch kể, quả ông có đến làng Hua Tanon để dự một cuộc họp giáo viên trong quận, và khi ra về gặp mưa.

Sau vụ này, bà vợ có thai và sinh ra Bongkuch. Cả hai vợ chồng không nhớ gì về vụ giết người ở Tanon, vì sự việc xảy ra đã quá lâu.

Gia đình Chamrat, sau khi nghe đồn về vụ tái sinh của anh ta dưới cái tên Bongkuch bèn cử người đến nhà ông giáo để thăm hỏi.

Sau đó, ông giáo cũng dẫn Bongkuch qua làng Hua Tanon thăm đáp lễ. Chính trong cuộc thăm viếng này đã xác nhận tất cả những gì Bongkuch kể là đúng sự thật.

Bongkuch biết tên biết mặt hai tên cướp. Hồ sơ nội vụ vẫn còn lưu trữ ở cảnh sát địa phương, cho biết một tên đang tại đào, còn một tên bị bắt, sau khi bị truy tố trước tòa, đã được tha bổng vì thiếu bằng cớ. Trong cuộc sống hàng ngày, Bongkuch luôn luôn biểu lộ bản ngã của một thanh niên, dù đang mang thân xác của một đứa bé con.

Chẳng hạn, thỉnh thoảng lại trút cơn giận lên hai tên cướp giết người bằng cách lấy roi quất vào cây cột nhà và lớn tiếng hăm he chưởi rủa. Lâu lâu lại hỏi thăm hiệu hớt tóc ở đâu để đi hớt tóc cạo râu kẻo để dài quá (!).

Trong khi trẻ con cùng trang lứa ở trong làng xa lạ với việc đánh răng súc miệng thì Bongkuch tỏ ra rất thành thạo về việc này. Đặc biệt là cái tánh xấu "hảo ngọt". Tuy còn quẹt mũi ngang, nhưng hễ thấy đàn bà con gái vào nhà là mắt la mày lét nhìn ngắm và buông lời trêu chọc. Một lần nọ có người cháu gái của ông Promsin tới thăm, định ở lâu, nhưng vì Bongkuch tỏ thái độ sàm sỡ quá, cô này sợ, phải ra đi.

Gia đình ông Promsin cũng cho là Bongkuch rất thích ăn cơm nếp (xôi) và ở bẩn, là hai điều trong nhà không ai có. Lần phăng dấu vết, bác sĩ Stevenson khám phá ra rằng Chamrat, tiền thân của Bongkuch, vốn là người Lào di cư qua Thái. Hai đặc điểm đó là do gốc người Lào mà ra.

Càng lớn trí nhớ về tiền kiếp càng phai mờ, có lẽ nhờ vậy mà tính tình Bongkuch thuần lại và phát triển bình thường như mọi đứa trẻ khác.

Năm 1980, bác sĩ Stevenson còn trở lại gặp Bongkuch, bấy giờ trở thành một thiếu niên trung học. Ông ghi nhận không có dấu hiệu gì khác thường về sự phát triển tâm sinh lý. Đã bỏ được thói quen ở bẩn nhưng vẫn còn khoái ăn cơm nếp.

5. Anh Lính Nhật Trong Cô Cái Miến

Ma Tin Aung Myo sinh ngày 26-12-1953 tại làng Nathul, phía bắc Miến Điện, con của ông U Aye Maung và bà Daw Aye Tin.

Khi bà Aye có thai, một đêm nọ bà nằm chiêm bao thấy có một người lính Nhật ở trần mặc quần sooc, cứ đi theo bà và nói sẽ về ở với gia đình bà.

Năm đó, khoảng hơn ba tuổi, Myo đi chơi với bố ở trong làng. Đang đi, bỗng nghe có tiếng máy bay trên đầu, Myo tỏ ra hết sức sợ hãi, cứ ôm chầm lấy bố mà khóc. Người cha lấy làm lạ, hỏi tại sao khóc, Myo trả lời là sợ máy bay bắn chết.

Sau đó, một lần nọ, trong nhà bắt gặp Myo ngồi một mình, có vẻ đăm chiêu, rầu rĩ. Hỏi chuyện, Myo nói rằng đang "nhớ nhà". Gia đình lấy làm lạ, hỏi phăng tới, thì được Myo kể lại rằng kiếp trước em là một lính Nhật trong đoàn quân chiếm đóng Miến Điện hồi Thế chiến thứ II (1939-1945), thuộc đơn vị trấn đóng ở làng Nathul, làm lính nhà bếp. Một hôm máy bay Đồng Minh bất ngờ đến oanh kích vị trí đóng quân và anh ta bị bắn chết. Quê anh thuộc vùng bắc Nhật Bản, đã có vợ con, đang làm chủ một cửa hiệu nhỏ thì bị gọi nhập ngũ, sau đó sung vào đoàn quân chinh phục Miến Điện.

Trong cuộc điều tra, bác sĩ Stevenson đã rất lấy làm tiếc là Myo không nhớ gì về quê hương ở Nhật, chẳng hạn tên thành phố, tên cửa hiệu, tên cha mẹ, và vợ con v.v... Vì vậy không thể xác định được kiếp trước (đây là một "unsolved case" điển hình).

Tuy nhiên, nếu căn cứ vào những đặc điểm của con người Myo thì lại rất phù hợp với những gì em đã kể. Nói một cách khác, nếu không biết và không tin rằng kiếp trước của Myo là một anh lính Nhật viễn chinh thì không thể nào hiểu nổi những biểu lộ khác thường của Myo trong cuộc sống hàng ngày.

Từ bé, tuy là con gái nhưng Myo có những biểu lộ nam tính; để tóc con trai, mặc áo quần con trai, chơi với bạn trai, chơi những trò chơi con trai (đá bóng, chia phe đánh trận…). Nghe bố lên thành phố có việc, Myo cũng năn nỉ xin bố mua súng (giả) để về đánh giặc (giả). Myo đã bỏ học rất sớm chỉ vì không chịu mặc đồ con gái khi nhà trường ra lệnh đồng phục nữ sinh. Myo có ba chị và một em trai.

Không ai có biểu lộ khác thường như thế. Lớn lên, chuyện tiền kiếp quên đi, nhưng vẫn có dấu vết hằn sâu. Chẳng hạn rất thù ghét Anh và Mỹ; chỉ nghe nói đến những gì có liên hệ tới Anh và Mỹ là đã tỏ vẻ khó chịu. Trong cuộc sống, chỉ thích người xung quanh xem mình là đàn ông và tỏ ra dằn vặt đau khổ khi phải mang thân đàn bà.

Đến năm 1981, bác sĩ Stevenson vẫn còn liên lạc và biết Myo vẫn còn độc thân, không chịu lấy chồng.

IV. NHỮNG ĐIỀU GHI NHẬN

Khi bắt tay vào công trình nghiên cứu luân hồi, bác sĩ Stevenson thú nhận rằng ông đã không nhận được sự ủng hộ của một số thức giả trên thế giới vào lúc ban đầu.

Thức giả Đông phương thì cho rằng luân hồi là một điều hiển nhiên, cần gì phải tìm hiểu, chứng minh, mất thì giờ vô ích. Còn thức giả Tây phương, vốn xa lạ với quan niệm này, cho rằng đó là một việc làm vô bổ, tốn công nhưng rồi chẳng đem lại kết quả gì.

Cả hai thái độ cực đoan đó không làm nản lòng khao khát hiểu biết sự thật của Stevenson, với mong muốn đi tìm một lời giải thích mới (đối với Tây phương) về con người mà khoa học thực nghiệm đã tỏ ra bất lực.

Điều quan trọng mà ông nhận thức được là: mặc dù luân hồi là một hiện tượng còn được hiểu biết rất ít nhưng hiển nhiên nó đang diễn ra một cách không thể chối cãi.

Mặt khác, xuyên qua công trình đã thực hiện, với những gì gặt hái được trong bước đầu qua hơn 2,000 hồ sơ sưu tập được mà theo ông, còn quá ít với dân số năm tỷ người trên quả địa cầu—ông xác nhận:

"Tôi tin tưởng rằng tư tưởng luân hồi có thể giúp chúng ta hiểu biết tốt hơn" vì "luân hồi có thể giúp chúng ta hiểu biết thêm về những vấn đề vốn chưa được giải đáp trong tâm lý học, sinh lý học, và y học."

Có thể tóm tắt những thu hoạch của Stevenson qua hai điểm chính:

- ❖ Luân hồi có thể giúp giải thích những gì?
- ❖ Những đặc điểm trong hiện tượng luân hồi.

V. LUÂN HỒI CÓ THỂ GIÚP GIẢI THÍCH NHỮNG GÌ?

1. Những Nỗi Sợ Hãi Vô Cớ

Là bác sĩ tâm thần, Stevenson không lạ gì trường hợp có những người mang những nỗi sợ hãi (Phobias) khác thường (vì không có nguyên nhân rõ ràng), chẳng hạn sợ bóng tối, sợ sâu bọ, sợ chuột, sợ nước, và sợ rắn v.v...

Tâm phân học cắt nghĩa những nỗi sợ hãi đó bằng hoạt động của vô thức, có nghĩa là nguyên nhân gây nên nỗi sợ đã lắng sâu vào vô thức; người đó không còn nhớ tới nguyên nhân ấy nữa, ý thức không còn kiểm soát được nó nữa, nhưng nó vẫn tồn tại và mai phục trong bóng tối của vô thức để âm thầm chi phối tư tưởng, tình cảm, và hành động của người đó.

Bằng thôi miên, nhà phân tâm học tìm kiếm trong vô thức người bệnh nguyên nhân nào gây nên nỗi sợ hãi. Sau đó dùng phương pháp ám thị để xóa tan nỗi sợ hải ấy đi.

Nhờ vậy sau khi tỉnh dậy từ giấc ngủ thôi miên, bệnh nhân trở thành bình thường, vì những ám ảnh của vô thức đã được hóa giải. Nguyên tắc đúng và phương pháp trị liệu đúng, nhưng hiệu quả còn bị giới hạn. Vì sao? Vì phân tâm học (và các ngành khoa học khác như tâm lý và tâm thần v.v..) chỉ biết con người với quãng đời hiện tại ngắn ngủi, đơn độc, mà không biết rằng con người đã trải qua nhiều kiếp sống đăng đẳng trong quá khứ.

Do đó, giải thích của phân tâm học hợp lý ở tuổi thanh thiếu niên và người lớn—nghĩa là lớp người đã có một thời gian va chạm tiếp xúc nhiều, đủ cho những tác động bên ngoài có điều kiện ăn sâu vào vô thức—còn đối với trẻ con, trẻ sơ sinh, quá khứ chưa có, mà cũng có những nỗi sợ hãi vô cớ ấy, thì phải cắt nghĩa thế nào đây? Đó chính là chỗ bất lực của khoa học.

Khi nghiên cứu về luân hồi, bác sĩ Stevenson thấy rằng có thể tìm thấy lời giải đáp về ám ảnh của những nỗi sợ này ở tiền kiếp. Đó cũng là một loại mai phục của vô thức, nhưng là một kiểu mai phục sâu kín trong quá khứ, có khi rất xa xăm, nên phân tâm học khó lòng với tới.

Trong hồ sơ sưu tập, Stevenson ghi nhận có hai mươi ba trường hợp chết vì bị rắn cắn, khi tái sinh có chín trẻ sợ rắn.

Trong sáu mươi bốn trường hợp chết nước (bị tai nạn hoặc bị trấn nước mà chết), khi tái sinh, có ba mươi trẻ sợ nước. Trong các trích dẫn ở trước, bé Samuel không thích tắm vì trong kiếp trước em đã trải qua một lần sợ hãi do ngộp nước khi tắm. Còn cô gái Miến Myo sợ máy bay chỉ vì đã bị máy bay bắn chết.

Trong hồ sơ đọc bệnh của Edgar Cayce, có trường hợp tương tự: một phụ nữ trung lưu, mắc một chứng sợ hãi kỳ lạ: bà ta thường cảm thấy hãi hùng khi phải ở trong một không gian kín, ví dụ ngôi nhà đóng hết mọi cửa nẻo tối om, căn phòng kín, và gian nhà hầm v.v..

Thậm chí, mặc dù rất thích xem chiếu bóng, nhưng bà chỉ đi xem khi nào chọn được chỗ ngồi thích hợp. Đó phải là một ghế ngay cạnh cửa ra vào, vì chỉ ở vị trí đó bà mới đủ an tâm thưởng thức cuốn phim. Mặc dầu đã đi các bác sĩ tâm lý, tâm thần, và các nhà thôi miên, nhưng vẫn không tìm ra nguyên nhân (vì người ta chỉ tìm nguyên nhân ở trong đời này).

Cayce đọc bệnh và cho biết trong một tiền kiếp rất xa, bà ta là một phụ nữ thuộc bộ lạc nọ; đã bị chôn vùi trong một hang động vì tai nạn sụp lở bất ngờ. Nỗi sợ hãi bắt nguồn từ đó.

2. Trẻ Con Sớm Có Những Khả Năng Hay Khuynh Hướng Đặc Biệt

Tâm lý học, xã hội học, và di truyền học thường giải thích các biểu hiện tâm lý, tính tình, khả năng, lối sống, và bệnh tật v.v... của con người bằng ảnh hưởng của hoàn cảnh gia đình, của môi trường sống, và của những yếu tố di truyền.

Những giải thích này không phải là sai, nhưng nếu xem là khuôn vàng thước ngọc, đúng cho tất cả mọi trường hợp thì không thể được.

Người Việt Nam, khi chưa làm quen với các ngành khoa học này, bằng cách dựa vào kinh nghiệm thực tế tích lũy từ đời nọ qua đời kia, cũng đã hiểu được rằng: "Con nhà tông, không giống lông cũng giống cánh", "Hổ phụ sinh hổ tử", và "Gần mực thì đen, gần đèn thì sáng" v.v... nhưng cũng không thiếu gì trường hợp "Cha làm thầy, con đốt sách", "Hổ phụ sinh khuyển tử", hay "Cây ngọt sinh trái đắng".

Là chuyên gia tâm thần, Stevenson dư biết điều đó, và đồng thời ông cũng thấy được sự bất lực của các ngành khoa học vừa nói trên giải thích những trường hợp bất thường.

Chẳng hạn, ông đồng ý rằng môi trường gia đình đã góp phần quan trọng trong sự hình thành những thiên tài âm nhạc như Bach, Beethoven, Mozart, và Brahms…, đúng nghĩa "con nhà nòi", nhưng khoa học trả lời sao về những trường hợp ngược lại?

Chẳng hạn, nhạc sĩ Dvorak có bố là một tay hàng thịt, gia đình không có một chút thiên hướng về âm nhạc; hoặc như nhạc sĩ Handel có bố là thợ hớt tóc, cả cha lẫn mẹ đều không có một hành động nào giúp con phát triển về năng khiếu âm nhạc, thế mà về sau các ông ấy lại trở thành nhạc sĩ nổi tiếng thế giới.

Đối với những trường hợp biểu lộ khác thường như thế, qua phân tích các trường hợp luân hồi, Stevenson thấy rằng luân hồi đã giúp giải thích dễ dàng và hợp lý. Tất cả những biểu lộ đó chỉ là sự lộ diện của những kinh nghiệm đã được tích lũy từ kiếp trước

Như trường hợp cô gái Miến Myo, nếu không biết được tiền kiếp của cô là một anh lính Nhật, thì thật khó cắt nghĩa tại sao một bé gái trong một gia đình có nhiều chị em gái mà lại có những sở thích của con trai, phong cách của con trai.

Bé trai Daniel Jirdhi sinh ra trong một gia đình hoàn toàn không biết gì về cơ khí, cũng chưa bao giờ thấy ai sửa máy dưới gầm xe bao giờ, nhưng lại thích trò chơi thợ gầm, bằng cách nằm ngửa dưới sofa rồi cũng sờ cái này, vặn cái kia, như một anh thợ gầm đang làm việc

Judith Krishna, có kiếp trước là một cô gái làm nghề lau chùi quét dọn nhà cửa, nên dù tái sinh làm con nhà giàu có thuộc đẳng cấp cao, không thiếu gì kẻ ăn người ở trong nhà, không thiếu gì đồ chơi, vậy mà vẫn thích thơ thần trong sân, nhặt cành cây nhỏ bó lại làm chổi quét quanh nhà.

Disna Smarasinghe sinh ra trong một gia đình không có ý niệm gì về tôn giáo, nhưng lại sớm tỏ ra có lòng thương người và có khuynh hướng đi tu, vì kiếp trước, em là một tu sĩ.

Corlis Chotkins Jr., một người Mỹ thổ dân Alaska, một cựu chiến binh ở Việt Nam, ngay từ hồi còn bé đã làm người chung quanh ngạc nhiên khi tự tay mày mò sửa được máy nổ, dù chưa học hỏi ai. Kiếp trước của Chotkins là một thợ máy tàu thuyền loại nhỏ.

Điều đặc biệt là Stevenson mới chỉ vào luân hồi để giải thích những biểu lộ đặc biệt ở trẻ em mà không đá động gì đến vai trò của luân hồi trong sự hình thành các thần đồng hoặc các thiên tài bẩm sinh. Có lẽ vì ông không có trong tay những dữ kiện tái sinh đối với các trường hợp đó, và vì vậy, với *sự thận trọng* của một nhà khoa học, ông chưa vội phát biểu. Sự thận trọng này đáng quí, nhưng hơi thừa.

Các nhà giải phẫu thần kinh, các nhà di truyền học, và nhiều nhà khoa học khác đã tốn công nghiên cứu xem thử do đâu mà sản sinh ra các thần đồng hoặc các bậc thiên tài.

Người ta đã từng cân đo những bộ óc đó, xem xét đến cấu trúc của chúng; nghiên cứu đến cả cấu tạo của các tế bào não, với hy vọng tìm ra lời giải đáp khoa học cho vấn đề.

Nhưng, cho đến nay, chưa có một ngành khoa học nào thành công trong việc đưa ra một lời giải thích thỏa đáng.

Đối với Phật Giáo, đi tìm một lời giải đáp kiểu thực nghiệm của Tây phương là vô ích, tỷ như của cải cất dấu ở phương Tây mà chạy đi đào bới tìm kiếm ở phương Đông.

Người ta chỉ có thể tìm thấy lời giải thích về hiện tượng thiên tài, thần đồng, hay những trường hợp sớm biểu lộ cá tính hoặc năng khiếu đặc biệt như Stevenson đề cập. Trong Duy Thức Học của Phật Giáo, với những diễn giảng về sự huân tập chủng tử ở thức A-Lai-Da, hay nói cho dễ hiểu hơn là sự tích lũy kinh nghiệm từ những tiền kiếp, có thể rất xa xôi về trước. Edgar, như đã trình bày ở chương trước, bằng con đường đạo học cũng đã giải thích như thế, bởi vì đó là sự thật duy nhất, không thể nào nói khác hơn.

Khoảng cuối thập niên 1960, dưới thời Tổng thống Ngô Đình Diệm, nữ thần đồng toán học của Ấn Độ, Shakuntala Devi, đã đến Việt Nam biểu diễn tại các trường học.

Cô ta có thể thực hiện những phép tính cực kỳ phức tạp và cho kết quả trong nháy mắt. Bấy giờ máy tính điện tử chưa phải là vật thông dụng, chỉ các cơ quan quan trọng của Mỹ mới có.

Devi đã đi khắp thế giới để biểu diễn khả năng đặc biệt kỳ lạ này.

Đến năm 1977, Devi đến Hoa Kỳ, đã biểu diễn tại Đại Học Texas một cuộc thi tính toán với máy tính điện tử Univac một ngàn một trăm lẻ tám (1,108), một kiểu máy tối tân lúc bấy giờ, đã từng được Cơ Quan Định Chuẩn Quốc Gia Hoa Kỳ (US National Bureau of Standard) tặng giải thưởng xuất sắc. Cả hai người và máy phải khai căn bậc hai mươi ba (23rd, twenty-third root) của một con số có hai trăm lẻ một chữ số (201 digit numbers). Chưa đầy năm mươi giây, Shakuntala Devi đã cho kết quả, nhanh hơn máy một phút.

Một giáo sư toán đã mất hơn bốn phút để ghi lại đáp số trên bảng. Để thực hiện phép tính đó, người ta tính rằng máy Univac một ngàn một trăm lẻ tám (1,108) đã nhận được mười ba ngàn bốn trăm bốn mươi sáu (13,446) huấn thị vận hành và bốn ngàn tám trăm tám mươi ba (4,883) dữ kiện, còn Devi thì không có gì cả, ngoài bộ óc nhỏ bé.

Gia đình Devi vốn làm nghề buôn bán, không phải gia đình trí thức và lại càng không có năng khiếu về toán. Chính Devi sau này cũng không có trình độ học vấn cao. Năm lên ba tuổi, ngoài chuyện thành thạo bốn phép tính, Devi đã giải được những bài toán về căn số và lôgarit. Khi thấy con có khả năng lạ lùng đó, ông bố đã cho con nghỉ học để đi biểu diễn lấy tiền. Sau này, khi được phỏng vấn tại Mỹ rằng do đâu mà cô có khả năng kỳ diệu đó, Devi đã nói, theo cô nghĩ, đấy là do kinh nghiệm toán học đã được tích lũy từ tiền kiếp. Nói cách khác, kiếp trước, cô đã từng là một nhà toán học.

3. Sự Nghịch Thường Trong Hiện Tượng Sinh Đôi Từ Một Trứng

Một trứng (noãn sào, noãn châu) của mẹ khi kết hợp với một tinh trùng của cha, sẽ trở thành một thai nhi.

Trường hợp hai trứng và hai tinh trùng kết hợp từng đôi một cùng một lúc, sẽ có hai thai nhi thành hình, hoặc hai trai hay hai gái, hoặc một trai một gái; đó là song sinh.

Nếu một trứng gặp hai tinh trùng, sẽ có hai thai nhi đồng tính (cùng là trai, hoặc cùng là gái). Đây là trường hợp y học gọi là cặp sinh đôi từ một trứng (one egg twin pairs).

Thông thường, cặp sinh đôi từ một trứng giống nhau như hệt, từ hình dáng cho đến tánh tình, như "hai giọt nước", người ngoài rất khó phân biệt. Tuy nhiên, y học không thể cắt nghĩa tại sao có những cặp sinh đôi từ một trứng mà hình dáng hoặc tính tình hoàn toàn trái ngược nhau.

Điển hình trong trường hợp này là cặp sinh đôi dính liền nhau nổi tiếng thế giới, mà y học gọi là "Siamese Twin" (cặp sinh đôi Thái Lan). Đó là hai anh em Chang và Eng, người Thái gốc Hoa. Khi sinh ra cả hai dính liền nhau ở hông, có chung một số bộ phận mà trình độ y khoa lúc bấy giờ chưa đủ khả năng giải phẫu tách rời.

Hai anh em về sau theo một gánh xiếc qua Mỹ và định cư tại đây cho đến khi chết.

Y học đã xét nghiệm máu của hai anh em và biết rõ rằng đó là cặp sinh đôi từ một trứng.

Ngoại trừ nhận dạng có phần giống nhau, hai người có tính tình hoàn toàn trái ngược. Chang có khuynh hướng dễ bất mãn, dễ nóng giận, và thích uống rượu; còn Eng thì điềm đạm, hiền hậu, và không bao giờ đụng tới rượu.

Khoa học không cắt nghĩa được sự nghịch thường này, nhưng khi nghiên cứu về trường hợp tái sinh của những cặp sinh đôi, Stevenson thấy rằng luân hồi có thể giúp giải thích sáng tỏ.

Hồ sơ luân hồi của Stevenson ghi nhận được ba mươi sáu cặp sinh đôi. Có cặp chỉ một trẻ nhớ kiếp trước, có cặp cả hai đều nhớ.

Trường hợp điển hình về sinh đôi từ một trứng mà bản ngã khác nhau là cặp Idika và Kakshappa ở Srilanka (Tích Lan).

Idika tỏ ra đằm thắm, ham học, ham đọc sách, và sống thiên về tinh thần; còn Kakshappa thì không muốn học, cứng đầu, và nói năng cục mịch. Cả hai đều nhớ tiền kiếp của mình và những kiếp trước đều xác minh được, nhờ đó, việc nghiên cứu của Stevenson thêm hữu ích. Cả hai, trong tiền kiếp, sống tại hai đô thị gần nhau, không có quan hệ gì với nhau. Idika là một học sinh con nhà khá giả, chết vì bệnh tim năm mười ba tuổi. Còn Kakshappa vốn là một tay thuộc thành phần chống đối chánh quyền, thích bạo động, sống lén lút vì phải tránh né sự lùng bắt của cảnh sát và mật vụ.

Tâm lý đề phòng này ăn sâu vào tiềm thức của Kakshappa nên trong cuộc sống mới anh ta cũng biểu lộ thái độ lấm lét như thế khi thấy cảnh sát, dù chẳng có ai đe dọa bắt bớ anh ta.

Qua khảo sát ba mươi sáu cặp sinh đôi tái sinh, Stevenson nhận thấy rằng luân hồi thật là hữu ích trong việc giúp hiểu biết thêm về các trường hợp này, cả về thể xác, tinh thần, và tình cảm.

Nói một cách khác, ngoài yếu tố di truyền là cái vốn chung của hai kẻ sinh đôi, chính mối quan hệ nào đó trong kiếp trước của họ và cuộc sống riêng của mỗi người đã ảnh hưởng tới sự tương đồng hay tương phản về cá tính.

Dĩ nhiên đó mới chỉ là ý kiến sơ khởi, muốn giải thích thấu đáo vấn đề đòi hỏi phải có cuộc nghiên cứu sâu rộng hơn.

Và chăng, những dữ kiện Stevenson thu thập chỉ mới liên quan tới một kiếp trước, còn trong thực tế, luân hồi là cả một chuỗi dính mắc từ vô lượng vô biên kiếp về trước, làm sao khoa học có thể với tới được?

Điểm chính mà Stevenson ghi nhận được là, đối với các cặp sinh đôi, rõ ràng cả hai đã có một liên hệ từ trước, có khi là mẹ con, bà cháu, bạn bè, và chủ tớ... hoặc kiếp trước đã là anh chị em sinh đôi rồi.

Ông nghĩ rằng không thể có sự tình cờ trong cuộc hội ngộ này.

Vốn thận trọng, vậy mà sau khi nghiên cứu các vụ sinh đôi tái sinh, Stevenson đã nêu lên một khẳng định:

"Nếu hai người cùng nhau phạm tội ác mà chết đi, lại đầu thai thành một cặp sinh đôi từ một trứng, chúng ta đừng ngạc nhiên nếu cả hai lại phạm tội ác một lần nữa."

Trong cuốn *Reincarnation: The Second Chance* (*Luân Hồi: Cơ May Thứ Hai*), xuất bản trước khi Stevenson công bố công trình nghiên cứu, Sybil

Leek có kể về cặp sinh đôi Pollak ở Hexam, Ái Nhĩ Lan (Ireland): vợ chồng ông Pollak theo đạo Thiên Chúa (La Mã), có được hai gái là Joanna và Jacqueline.

Năm Joanna mười một tuổi và Jacqueline sáu tuổi, cả hai đã bị xe hơi cán chết trong một buổi đi dạo phố.

Một thời gian sau, bà Pollak có thai và sinh được một cặp sinh đôi gái, đặt tên là Jennifer và Gillian.

Điều lạ lùng đầu tiên, là khi sinh ra, Jennifer đã có một vết sẹo trắng, dài hơn một inch (khoảng ba cm), chạy từ trán đến đầu mũi, giống y như cái sẹo của Jacqueline, do bị té năm ba tuổi.

Jennifer cũng có một dấu bẩm sinh trên môi màu nâu đỏ, giống y như Jacqueline vậy. Vợ chồng Pollak nhận thấy rằng cặp sinh đôi này càng lớn, càng có những phát triển không giống nhau, cả về thể xác lẫn tính tình, như các cặp sinh đôi khác, mà lại giống với những người chị đã chết.

Gillian giống Joanna, còn Jennifer thì giống Jacqueline. Cả hai có những biểu lộ về thói quen giống hệt hai chị em, nhận ra các đồ chơi cũ, riêng của từng người, không lẫn lộn.

Một hôm, bà Pollak lấy làm kinh hãi khi nghe Gillian kể cho Jennifer chi tiết một tai nạn xe cộ, y hệt tai nạn đã giết chết Joanna và Jacqueline.

Sau đó, cả hai càng có nhiều biểu lộ qua lời nói và việc làm khiến vợ chồng ông Pollak không còn nghi ngờ gì nữa: cặp sinh đôi Gillian và Jennifer chính là hai chị em Joanna và Jacqueline tái sinh.[3]

[3] Sybil Leek, *Reincarnation: The Second Chance*. New York: Stein & Day, **1974.**

Ngoài những nét chính vừa trình bày, Stevenson nghĩ rằng luân hồi có thể giúp giải thích về những hiện tượng khác, chẳng hạn, việc thuận tay trái hoặc những thay đổi về sở thích của người mẹ trong thời kỳ thai nghén.

Căn cứ vào thống kê các trường hợp luân hồi đã sưu tập, ông nhận thấy rằng đa số những người kiếp trước thuận tay trái thì khi tái sinh cũng thuận tay trái.

Đối với người Việt chúng ta, không ai lạ gì việc các bà khi mang thai thường biểu lộ những triệu chứng khác thường, chẳng hạn không chịu được một thức ăn hoặc một mùi vị nào đó, chỉ là ngửi thấy đã nôn ọe, mà người ta thường gọi là cảnh "Hôi cơm tanh cá"; hoặc bỗng nhiên có những sở thích khác hơn ngày thường, có khi đến độ kỳ cục.

Việc các bà bầu thèm ăn của chua là điều thông thường ai cũng biết, nhưng có những người lại thèm ăn gạo sống, thèm ăn trà, thậm chí có người đã gở ăn ngon lành hỗn hợp phân trâu trộn với đất sét thường dùng để trát vách tre của nhà thôn quê!

Người ta không lấy làm lạ về những thay đổi này, vì coi đó là những phản ứng tự nhiên của việc thai nghén.

Qua nghiên cứu về luân hồi, Stevenson phát hiện rằng những thay đổi bất thường ấy có thể có nguồn gốc của luân hồi.

Nói rõ hơn, đó không phải là do người mẹ muốn thế, mà chính là do sở thích của thai nhi, của chính cái linh hồn đang đầu thai trong bụng mẹ, đang gây ảnh hưởng trên tâm sinh lý của mẹ để thỏa ước muốn của mình.

Ví dụ người mẹ người Miến Điện, trong thời gian có thai người con có tên là Maung Myint Tin, bỗng đâm ra thèm rượu một cách kỳ lạ. Thèm đến độ không chịu được—dù trước đó bà không hề uống một giọt rượu nào và biết rõ rằng rượu có hại cho thai nhi—đến nỗi phải lén lút uống chút đỉnh cho khỏi vật vã. Chính bà cũng không hiểu tại sao lại có sự thèm muốn lạ lùng đó, vì sau khi sinh ra Maung rồi thì bà không còn thấy thèm rượu chút nào. Khi Maung biết nói và kể chuyện tiền kiếp, người ta mới vỡ lẽ ra: kiếp trước của cô bé là một gã đàn ông tên U Win Maung, một bợm nhậu có hạng. Một bà mẹ khác, khi có thai người con gái, sau này đặt tên là Disna Samasinghe, tự nhiên sinh lòng mộ đạo, thích đi chùa lễ Phật, thích nghe kinh. Chả là kiếp trước của Disna là một nhà tu, thường thực hành thiền định.

VI. NHỮNG ĐẶC ĐIỂM TRONG HIỆN TƯỢNG LUÂN HỒI

Qua nghiên cứu, Stevenson đã ghi nhận được những đặc điểm sau đây về luân hồi :

1. Trong Quá Trình Luân Hồi, Có Thể Đổi Kiếp Sống

Đời trước và đời sau của một con người có khi rất khác biệt, một trời một vực; chẳng hạn, trước giàu sang sung sướng và sau cực khổ gian truân, hoặc ngược lại.

Trong tập nghiên cứu về luân hồi ở Ấn Độ và Thái Lan (*Cases of Reincarnation*, Vol. IV) có những trường hợp điển hình như sau:

- ❖ Prakash, kiếp trước thuộc gia đình buôn bán giàu có; khi tái sinh, đầu thai vào một gia đình nghèo khổ ở nhà tranh vách đất.

- ❖ Jasbia, sinh ra trong một gia đình thuộc đẳng cấp hạ tiện, trong khi kiếp trước thuộc đẳng cấp cao Brahmin trong xã hội Ấn.

- ❖ Swaran Lata, kiếp trước thuộc đẳng cấp hạ tiện và làm nghề hạ tiện, khi tái sinh lại làm con gái một gia đình giàu sang thuộc đẳng cấp cao.

- ❖ Gipal Gupta, có cha làm nghề đứng bán cây xăng, trong khi kiếp trước là con nhà triệu phú.

- ❖ Ruby Kusuma, có bố mẹ nghèo, sống bằng nghề bán rau cải ở chợ để độ nhật, trong khi kiếp trước là một địa chủ giàu có.

- ❖ Indika, là con một gia đình nông dân nghèo, có kiếp trước là một tay đấu thầu xây cất vào hàng triệu phú.

2. Tái Sinh Có Thể Thay Đổi Giới Tính

Đó là việc nữ có thể thành nam và ngược lại.

3. Tái Sinh Có Thể Thay Đổi Chủng Tộc Và Màu Da

Kiếp trước là người của dân tộc này, nhưng kiếp sau có thể làm người của dân tộc khác. Trong các thí dụ dẫn ở trước, trường hợp cô gái Miến Ma Tin Aung Myo, hậu thân của một anh lính Nhật viễn chinh, là điển hình cho hai đặc điểm thay đổi giới tính và chủng tộc.

4. Những Yếu Tố Ảnh Hưởng Tới Sự Nhớ Lại Tiền Kiếp

Một trong những câu hỏi được đặt ra cho Stevenson khi nghiên cứu về hiện tượng luân hồi là: nếu luân hồi là một qui luật phổ biến, không loại trừ cho bất cứ một ai, thế thì tại sao không phải tất cả mọi người đều nhớ đến tiền kiếp mà chỉ có một số người nào đó mà thôi?

Ông thú nhận chưa thể trả lời đầy đủ về câu hỏi này. Qua phân tích các trường hợp, ông có nhận xét sơ khởi rằng những người nhớ lại được tiền kiếp là những người đã chịu ảnh hưởng của một lực tác động mạnh mẽ nào đó trước khi nhắm mắt lìa đời. Bước đầu, ông đã tìm được một số các ảnh hưởng đó, chẳng hạn:

(a) **Chết Bất Đắc Kỳ tử** mà ông gọi là **cái chết dữ dội** (Violent Death) là nguyên nhân hàng đầu đưa đến việc nhớ lại tiền kiếp.

Nghiên cứu sơ khởi bảy trăm hai mươi lăm (725) trường hợp tái sinh thuộc nhiều nước khác nhau, ông ghi nhận một tỷ lệ lên đến sáu mươi mốt phần trăm (61%) những người chết bất đắc kỳ tử khi tái sinh đã nhớ đến kiếp trước. Ấn tượng dữ dội vào thời điểm lìa đời mạnh mẽ cho tới nỗi không những làm bật mở ký ức về cuộc sống trước kia mà còn ảnh hưởng sâu xa đến tâm sinh lý của người tái sinh. Ông gọi đó là "dấu vết nội ẩn bẩm sinh" (Internal Birthmark) và "dấu vết ngoại hình bẩm sinh" (External Birthmark).

Cái trước, ông dùng để chỉ những đặc điểm tâm sinh lý (tâm lý, tình cảm, và bệnh nội thương bẩm sinh, không do di truyền) của kiếp trước được mang theo vào đời này; cái sau dùng để chỉ những dấu vết, những khuyết tật ghi rõ trên thân thể người tái sinh mà ai cũng có thể nhận thấy một cách dễ dàng.

Những người chết vì bị đâm chém, bị bắn, hay bị tai nạn khủng khiếp, khi tái sinh có thể mang theo dấu vết của những thương tích trí mạng đó: vết dao đâm và vết đạn bắn v.v...

Stevenson đã bày tỏ mối quan tâm đặc biệt của ông đối với các loại dấu vết đó như sau:

"Dấu vết khuyết tật bẩm sinh trong các trường hợp tái sinh còn có tính cách quan trọng khác nữa là nói lên ảnh hưởng tâm linh (Psychic Influence) trong sự phát triển của con người. Sự quan trọng của cả hai loại dấu vết và khuyết tật bẩm sinh—bằng chứng về luân hồi và sức mạnh tâm linh trên thân thể đã dẫn tôi đến việc phải có một nghiên cứu riêng về số lớn các trường hợp này trong một tập khác đang được chuẩn bị."

Khi lập luận như thế, một câu hỏi được đặt ra là: thế những người lính khi chết trận vì bom đạn, vì mìn bẫy, chất nổ, hay gươm đao v.v… há chẳng phải là chết ác liệt hay sao? Chắc chắn là họ sẽ tái sinh, nhưng tại sao khi tái sinh lại chẳng có dấu vết gì?

Theo Stevenson, hình thức chết của người lính quả có một bề ngoài khốc liệt, đầy tức tưởi, dữ dội, nhưng bên trong lại không gây ấn tượng mạnh mẽ bởi vì họ đã được chuẩn bị tư tưởng. Thật vậy, khi đi lính, họ đã biết rằng cái chết sẽ đến với họ bất cứ lúc nào trên chiến trường theo sự đòi hỏi của nhiệm vụ, và chính mắt họ cũng đã từng chứng kiến cái chết của đồng đội. Tâm thức người lính vì thế đã quen dần với cái chết, họ đã được chủng ngừa tâm lý về cái chết.

Đối với người bình thường thì lại khác. Họ đang khát sống, họ không được chuẩn bị tâm lý về cái chết. Cái chết chưa phải là một đe dọa đối với họ trong đời sống, vì vậy khi xảy ra một cách bất ngờ, nó trở thành một nỗi hãi hùng, gây ấn tượng mạnh trong tâm thức. Qua phân tích, ông cũng nhận thấy rằng những người bị chết bất đắc kỳ tử (chết dữ dội), nhưng khi chết không bị đau đớn (chẳng hạn hôn mê) thì không có ấn tượng mạnh, do đó cũng khó làm bật mở ký ức tiền kiếp. Trong loại hồ sơ chết bất đắc kỳ tử tái sinh, có đến chín mươi bốn phần trăm (94 %) nhớ lại rõ ràng họ đã chết như thế nào, trong khi với loại chết bình thường (chết già và chết bệnh) chỉ có năm mươi hai phần trăm (52 %) nhớ nguyên nhân cái chết mà thôi.

Trong Phật Giáo, cái chết ác liệt mà Stevenson mô tả, được gọi là "Hoạnh Tử", nghĩa là chết ngang chết tức tưởi, chết lúc tuổi còn xanh, chưa tới lúc phải chết; được coi là một hình thức của nghiệp báo xấu.

Bằng kinh nghiệm từ nhiều đời tích lũy và dưới ảnh hưởng của Phật Giáo, người Việt chúng ta thường tỏ ra e dè đối với những cái chết này.

Do sự bức xúc tâm lý trong khi chết, linh hồn người chết khó siêu thoát, và nếu chưa đầu thai kiếp khác, họ sẽ là loài ma dữ, có thể gây phiền phức cho người sống; vì vậy nhiều nghi thức đặc biệt trong tang lễ được áp dụng để giúp họ giải tỏa những ẩn ức tâm lý đó.

Sau yếu tố bất đắc kỳ tử, còn có những yếu tố nào giúp người tái sinh nhớ lại tiền kiếp nữa không? Theo ông đó là :

(b) Chết Lúc Còn Niên Thiếu: thường thường những trẻ chết trong khoảng mười hai tuổi trở xuống, khi tái sinh có thể nhớ lại kiếp trước. Theo Stevenson, có lẽ vì các trẻ đó ra đi quá sớm, trong khi mối ràng buộc với cha mẹ, với anh chị em trong gia đình đã hình thành khá đậm đà, tạo nên một sự quyến luyến khó dứt, khiến cho tái sinh dễ làm bật mở ký ức.

(c) **Chết Lúc Còn Nhiều Việc Dở Dang:** những bà mẹ phải chết lúc con còn thơ dại, những nhà kinh doanh đang hoạt động say mê với những kế hoạch làm ăn hấp dẫn, những chủ nợ chưa đòi được nợ, những con nợ có tinh thần trách nhiệm cao, chết lúc chưa trả được nợ v.v nghĩa là những người cảm thấy, "chưa yên tâm khi nhắm mắt" vì còn nhiều việc dở dang chưa hoàn thành, thường khi chết đi, họ sớm đầu thai trở lại và dễ nhớ đến tiền kiếp.

(d) **Những Người Có Trí Nhớ Tốt:** những người lúc sống có một trí nhớ tốt, khi tái sinh cũng nhờ khả năng đó mà dễ nhớ chuyện kiếp trước.

(e) **Cuộc Sống Khác Biệt Giữa Kiếp Trước Và Kiếp Sau:** trường hợp những người kiếp trước giàu sang sung sướng, nay bị tái sinh trong cảnh bần hàn, hoặc ngược lại, đã sống qua kiếp nghèo đói thiếu hụt, nay được sinh ra trong cảnh nhung lụa, cũng dễ gợi nhớ kiếp trước. Theo Stevenson, dường như sự thay đổi lớn lao của hoàn cảnh sống đã đánh mạnh vào tâm thức, làm sống lại hình ảnh quá khứ.

5. Thời Gian Nhớ Lại Tiền Kiếp

Ký ức tiền kiếp không tồn tại trong suốt cuộc đời của người tái sinh.

Theo Stevenson, tuổi nhớ tiền kiếp thường bắt đầu trong khoảng hai đến bốn tuổi, hoặc có thể sớm hơn, từ khi biết nói. Càng nói sõi, càng nhớ nhiều, nhưng sau đó, khoảng năm đến tám tuổi thì quên dần để rồi quên hẳn vào tuổi trưởng thành.

Ông giải thích hiện tượng tàn phai ký ức này bằng sự mở rộng quan hệ xã hội của đứa trẻ khi chúng ngày càng tách rời môi trường gia đình để tiếp xúc với cuộc sống chung quanh. Chính sự hướng ngoại này đã dần dần khỏa lấp những ký ức mong manh đó.

Giải thích như thế không phải là không hợp lý. Nhưng liệu có nên hiểu rằng quên cũng là một qui luật của tự nhiên, giúp con người sống được cuộc đời phải sống?

Chết giấc (bất tỉnh) được xem là một phản ứng tự nhiên của hệ thần kinh nhằm bảo vệ con người khi cơn đau đớn thể xác vượt quá sức chịu đựng.

Trong một chừng mực nào đó, việc quên tiền kiếp có vai trò tương tự đối với đời sống tâm linh và tâm lý.

6. Những Dấu Vết Khác Của Luân Hồi

Bên cạnh những dấu vết nội ẩn bẩm sinh và ngoại hình bẩm sinh như đã được nói ở trên, Stevenson còn ghi nhận được dấu hiệu khác làm bằng cớ cho sự tái sinh, đó là hiện tượng "nói tiếng lạ" hay nói được "thứ tiếng không học" (Unlearned Language).

Có những người trong trạng thái tỉnh táo (ý thức) thì bình thường, nhưng trong giấc ngủ hoặc trong cơn mê (vô thức) lại nói được những thứ ngôn ngữ vốn không phải là tiếng mẹ đẻ của họ.

Họ có thể nhớ hoặc không nhớ gì đến chuyện tiền kiếp. Thứ tiếng nói ra là loại ngôn ngữ họ chưa từng được nghe hoặc chưa từng được học trong đời hiện tại. Chỉ có thể hiểu được hiện tượng này khi nghĩ rằng đó chính là ngôn ngữ họ đã sử dụng thông thạo trong tiền kiếp. Ông đã xếp những trường hợp này vào một nghiên cứu riêng, gọi là *Unlearned Language: New Studies in Xenoglossy* (Ngôn Ngữ Không Học: Nghiên Cứu Mới Về Vấn Đề Nói Thứ Tiếng Lạ). *Xenoglossy* là một từ gốc Hy Lạp, có nghĩa là "Nói Tiếng Lạ", tức là thứ tiếng khác với ngôn ngữ mẹ đẻ, không học mà nói được.

Điển hình trong trường hợp này là một người đàn bà sinh trưởng trên đất Ấn, bỗng nói được thứ tiếng của miền Bengal (Đông Hồi cũ, tức Bangladesh ngày nay) thuộc một trăm năm mươi năm về trước, thời bà ta đầu thai tại đó.

Một trường hợp khác, đó là cậu bé Winajama, thuộc chủng tộc Sinh ở Sri Lanka (Tích Lan), sinh ra trong một gia đình nông dân thuộc một làng quê nghèo. Toàn vùng, dân chúng đều theo Phật Giáo, ăn chay, và chưa biết mùi tiện nghi tối tân như điện khí, nước máy, và đường tráng nhựa v.v...

Thế mà Winajama lại thường nói về một quê hương nào đó của cậu ta có đời sống khác hẳn; ăn cơm với cá thịt, lấy nước từ trong ống ra chớ không phải múc từ sông hay giếng, đèn thắp sáng hơn, và không có dầu; đặc biệt, việc thờ phụng cũng khác, không giống với bàn thờ Phật hiện có trong nhà.

Đêm khuya, khi cả nhà yên ngủ, trong trạng thái giống như mộng du, cậu bé Winajama ngồi dậy trên giường, hát thì thầm bằng một ngôn ngữ rất lạ. Chừng năm mười phút, lại nằm xuống ngủ như cũ.

Stevenson ghi âm những lời hát đó, nhờ một học giả Hồi Giáo nghiên cứu, kết hợp với một cuộc điều tra công phu, mới biết được cậu bé có kiếp trước là một người Hồi Giáo Tamil, sống tại thành phố Kandy, cách làng quê hiện tại chừng sáu mươi dặm về phía bắc. Những lời Winajama hát thì thầm hằng đêm chính là những lời cầu nguyện thường ngày của người Hồi Giáo.

7. Người Có Thể Tái Sinh Làm Thú Không?

Stevenson cho biết chưa tìm ra bằng chứng cụ thể về việc nầy, ngoại trừ một ghi nhận được xem là mơ hồ vì không xác minh được.

Một cô gái Miến tên là Ma Than Aye nhớ được hai kiếp về trước. Đó là một trường hợp rất hiếm hoi.

Về kiếp trước do cô kể lại, Stevenson đã kiểm chứng sự xác thật một cách dễ dàng nhờ gốc gác và dấu tích còn đầy đủ; nhưng khi cô nói kiếp trước đó nữa, cô đã đầu thai làm một con bò và con bò này đã bị phi cơ Đồng Minh hóa kiếp trong một cuộc oanh tạc thời Thế Chiến thứ II (1939-1945), thì Stevenson chịu thua, không thể tìm ra gốc tích của một con bò vô danh đã chết. Vì vậy, với tất cả sự thận trọng của một người nghiên cứu khoa học, ông chưa thể đưa ra một kết luận, dù là tạm thời, về vấn đề người có thể tái sinh làm thú hay không.[4]

[4]Sát sanh là một trong năm giới cấm căn bản của Phật Giáo. Ngoài ra, Đức Phật cũng khuyên dạy không nên chăn nuôi gia súc gia cầm. Dĩ nhiên, nhưng lời dạy nầy phát từ tâm từ bi vô lượng của Ngài, và chúng sanh khi gìn giữ những điều răn đó là huân tập đức từ bi. Tuy nhiên, còn có lý do khác, là trong cái thấy biết của Ngài về quả báo luân hồi, những gia súc gia cầm ấy có thể là thân nhân bằng hữu của chính mình. Ngài muốn tránh cho chúng ta cảnh nồi da xáo thịt thê thảm vì sự u mê lẽ huyền vi.

VII. MỘT VÀI Ý KIẾN THÔ THIẾN

Khi bắt tay nghiên cứu về luân hồi, không phải Stevenson không hề biết kiến giải của Phật Giáo và Ấn Giáo về vấn đề này. Ông còn biết đến cả những vị chân tu Phật Giáo đắc túc mạng thông, và những phương pháp thâm nhập tiền kiếp mà Tây phương đã và đang sử dụng, chẳng hạn thôi miên,[5] đồng cốt (Medium), ngoại cảm (Extrasensory Perception) v.v... Tuy nhiên, dường như để bảo đảm sự khách quan trong chương trình nghiên cứu, hầu như ông không dùng đến các kiến giải thuộc hệ tư tưởng tôn giáo để giải thích các sự kiện ghi nhận.

[5]Ngày nay, việc dùng thôi miên để thâm nhập tiền kiếp đã trở thành thông dụng ở Âu Mỹ. Trước kia, khi chưa tin vấn đề luân hồi, khoa Phân Tâm Học thường nhờ thôi miên để truy tìm ấn tượng trong vô thức thuộc đời hiện tại. Nay tin có tiền kiếp, người ta đẩy cuộc truy tìm này tiến xa hơn về những kiếp trước. Người đi tiên phong trong lãnh vực này là một doanh nhân, đồng thời cũng là một nhà thôi miên tài tử, tên Morey Berstein ở Pueblo, tiểu bang Colorado. Ông đã thôi miên người bạn gái Virginia Tighe, lùi về một tiền kiếp hồi đầu thế kỷ XIX, với cái tên là Bridey Murphy, sống ở Cork, Ái Nhĩ Lan (Ireland). Toàn bộ câu chuyện được trình bày trong cuốn *The Search for Bridey Murphy*, xuất bản năm 1956. Cuốn sách tức khắc trở thành một best seller, được dịch ra nhiều thứ tiếng, và gây dư luận sôi nổi một thời.

Công trình của ông thật đồ sộ, những điều ông tìm thấy trong bước đầu như thế là rất phong phú từ trước tới nay.

Dầu vậy, ông thú nhận vẫn còn nhiều câu hỏi chưa giải đáp được. Chẳng hạn:

(1) Tại sao mọi người đều tái sinh mà không phải ai cũng nhớ được tiền kiếp?

(2) Việc tái sinh này xảy ra ngay sau khi chết hay phải trải qua một thời gian nào đó?

(3) Nếu có một thời gian gián đoạn giữa chết và tái sinh, thì thời gian đó kéo dài bao lâu?

(4) Trong thời gian chưa tái sinh, linh hồn cư trú nơi đâu? v.v.

Thực tình mà nói, công trình nghiên cứu của Stevenson nói riêng và của các nhà nghiên cứu khác nói chung, về luân hồi, đều rất hữu ích, đối với cả hai hạng người: không tin và tin có luân hồi.

Với hạng người trước (không tin), xuyên qua những chứng liệu khoa học đó, họ có thể thấy được một sự thật cần được suy nghĩ; một sự thật mà từ trước tới nay họ chưa từng biết hoặc có nghe nói đến nhưng đã quyết liệt phủ nhận hoặc tỏ ý hoài nghi vì thiếu bằng cớ đáng tin cậy.

Từ sự suy nghĩ đó, họ có thể có những thay đổi tốt trong tư tưởng, trong lối sống đem lại tốt đẹp cho chính bản thân họ và những người chung quanh.

Đối với hạng người sau (tin có luân hồi), những chứng liệu ấy giúp thắp sáng niềm tin (củng cố tín tâm, gia tăng tín lực) về những gì Đức Phật đã dạy, từ đó có những chuyển biến tốt đẹp hơn, đem lại nhiều lợi lạc ngay trong đời nầy và mãi mãi về sau.

Đó cũng là mục đích nhỏ bé mà tập sách nhỏ nầy ước mong khi đặt dưới tay người đọc.

Tuy nhiên, nếu bằng vào khoa học để hiểu biết về luân hồi thì e rằng dẫu cho Stevenson và những nhà nghiên cứu khác dành trọn cuộc đời để tìm kiếm đi nữa thì cũng chỉ thấy được vấn đề ở bình diện hiện tượng mà thôi.

Luân hồi là một phát hiện của đạo học bằng con đường minh triết, bằng tuệ giác thiền định. Khoa học, bằng thực nghiệm, chỉ có thể tiếp cận vấn đề, xác minh những hiện tượng đơn giản mà đạo học đã khám phá.

Đem đối chiếu những gì Stevenson—và những người cùng quan tâm vấn đề như ông—thấy được về luân hồi, với những gì Đức Phật đã giảng dạy về vấn đề này, người ta có thể thấy được điều đó. Những điều ông ta phát hiện ở luân hồi, nếu có mới mẻ chăng, là mới mẻ trong bối cảnh của hệ tư tưởng Tây phương, chứ không lạ lùng gì đối với Đông phương, nhất là đối với Phật Giáo.

Trong chương trước, qua Edgar Cayce, chúng ta đã thấy được cái nhìn về luân hồi bằng đạo học ngoài hệ thống Phật Giáo. Cái nhìn ấy, tuy còn sơ cơ nhưng nhờ đi vào bằng đạo học nên cũng đã tiến vào bản chất sâu xa hơn, ý nghĩa hơn những gì Stevenson tìm được.

Luân hồi là hệ quả của một định luật cao hơn, định luật nghiệp báo, do đó, làm sao có thể hiểu luân hồi cho thấu đáo nếu không liên hệ đến định luật này. Công trình của Stevenson vì thế chỉ có giá trị ở bình diện hiện tượng và những thắc mắc của ông như vừa nêu trên mãi mãi cũng không thể giải đáp được nếu vẫn theo lối mòn khoa học thực nghiệm.[6] Những thắc mắc ấy, đã được kinh điển giải đáp, có điều người ta có tin hay không tin mà thôi.

[6]Theo kinh điển, những thắc mắc như Stevenson đã nêu thuộc loại hý luận, nghĩa là biết cho vui, để thỏa mãn sự tò mò của trí thức, chứ không lợi ích gì cho sự giải thoát. Mục đích của Đức Phật khi giáo hóa chúng sanh là chỉ ra con đường giải thoát. Mang-Đồng-Tử (Malunkyaputra), một đệ tử của Phật, có lần cũng đã nêu những thắc mắc về các vấn đề thường và vô thường, hữu

biên và vô biên... và đòi Phật giảng giải cho thông mới chịu tiếp tục tu học. Ngài cho rằng những thắc mắc ấy là không cần thiết, vì "Dù thế giới này là hữu biên hay vô biên, là thường hay vô thường v.v... thì chúng sanh cũng không vì thế mà khỏi bị ràng buộc bởi muôn ngàn ưu bi của kiếp sống đọa đày trong sanh khổ, già khổ, bệnh khổ, và chết khổ."

Có trí nhớ tốt là điều đáng quí, nhưng quên cũng là sự cần thiết cho cuộc sống. Nếu không được quên, con người sẽ có lúc gục ngã trước những gánh nặng đau thương đã xảy ra trong đời, cho nên quên cũng là một ân huệ và nhớ chưa hẳn là một hạnh phúc.

Nằm trong ý nghĩa đó, giáo sư Geddes Mac Gregor trong cuốn *Reicarnation in Christianity* (*Luân Hồi Trong Thiên Chúa Giáo*) khi đề cập tới vấn đề nhớ và quên trong tái sinh đã viết:

"Một trong những điều tri ân lớn nhất là khả năng lãng quên của chúng ta."

Trong luân hồi, quên tiền kiếp là một trợ duyên phải có để cho sự vận hành của nghiệp được hoàn hảo. Tái sinh là sống tiếp một quảng đời khác trong chuỗi phiêu lưu đăng đẳng của chúng sanh từ vô thủy đến vô chung, với sự đổi thay vai trò lắm khi đầy oái oăm phức tạp: đổi chủng tộc, đổi tôn giáo, đổi giới tính, đổi hoàn cảnh, đổi địa vị trong xã hội, và đổi vai vế trong gia đình v.v..., nghĩa là xáo trộn đảo điên, xáo trộn tất cả, để cho những vướng mắc nhân quả trong quá khứ có điều kiện biểu hiện theo đúng luật nghiệp báo.

Nếu không quên đi quá khứ, làm sao đóng trọn được vai trò để giải quyết cho xong những mắc míu, ân đền oán trả vốn đã ràng buộc với nhau từ trong một quá khứ nào đó.

Diễn viên trên sân khấu, trên màn ảnh, muốn diễn xuất sống thực, phải biết "nhập vai", nghĩa là phải tạm quên đi con người thực của mình để sắm trọn vai trò của kịch bản thì bấy giờ diễn xuất mới hay, mới được gọi là "xuất thần".

Cũng một cách hiểu nôm na như thế trong cái "Luật Quên" của luân hồi.

Quên thì mới "nhập vai" trên sân khấu, đời phức tạp để cho vở kịch nghiệp báo trình diễn được xuất sắc.[7]

[7] Trong tập nghiên cứu luân hồi ở Thái Lan và Miến Điện, Stevenson ghi nhận rằng có những người khi tái sinh đã kể rằng trước khi đi đầu thai họ được một vị thiêng liêng cho ăn một thứ gì đó, thường là trái cây, để cho quên quá khứ. Những người đó đã lén lút tránh né không ăn. Ông đặt nghi vấn rằng phải chăng vì vậy mà họ nhớ được tiền kiếp? Việt Nam có huyền thoại cháo lú, là loại cháo Diêm Vương cho ăn trước khi đi đầu thai để quên hết chuyện kiếp trước. Tây phương cũng có huyền thoại về một loại nước quên tiền kiếp, gọi là water of lethe.

Nếu luật nào cũng có ngoại lệ, thì nào có lạ gì việc có những người sinh ra nhớ lại tiền kiếp trong khi tuyệt đại đa số thì không.

Nhưng chính Ian Stevenson đã ghi nhận trong phúc trình nghiên cứu, đa số những người tái sinh nhớ lại kiếp trước đều tỏ ra đau khổ, ray rứt vì sự nhớ lại đó, bởi cảnh huống họ đang sống hoàn toàn không giống như những ấn tượng hình thành trong tâm thức khi đầu thai.

Trường hợp cô gái Miến Ma Tin Ayung Myo, của anh chàng Sishen Chan, của thanh niên Bongkuch, như đã dẫn ở trước, là những thí dụ điển hình. Khi đang còn xoay chuyển trong vòng luân hồi, rõ ràng việc nhớ lại tiền kiếp không phải là một hạnh phúc đáng mong ước.

Có chuyện kể rằng một vị thiền sư nọ đắc được túc mạng thông.

Thích thú trước thành quả nầy, trong một lần hành thiền, thiền sư đã dùng thần thông soi ngược các kiếp về trước của mình với lòng tò mò khám phá quá khứ. Đến kiếp thứ năm hay thứ sáu gì đó, bắt gặp cảnh bà vợ đang ngoại tình.

Vì định lực còn non kém, chưa điều phục được cái tâm, ông đã xúc động giận dữ trước cảnh đó, thế là mất hết những gì đã đạt.

Một trong mười danh hiệu của Đức Phật là "Điều Ngự Trượng Phu", nghĩa là đấng đã điều phục được tất cả, và vì thế, chỉ có Ngài mới có thể suốt thấu vô lượng vô biên kiếp của Ngài cũng như của chúng sanh.

Còn chúng sanh, khi chưa tiến bộ về đường hàng phục tham, sân, và si thì đừng nên mơ ước việc nhớ tiền kiếp, chỉ chuốc lấy đau khổ mà thôi.

Stevenson không phải là người duy nhất nghiên cứu về luân hồi, nhưng vì ông đã là người đi tiên phong và có công trình giá trị rộng rãi nên chúng tôi chọn để giới thiệu.

Vào buổi đầu, quả thật ông có vẻ cô đơn trong công việc, nhưng nay thì ông được nhiều người chia xẻ hơn. Khi nói tới luân hồi, người ta thường nghĩ ngay rằng ít ra cũng có "cái gì đó" của con người đi đầu thai kiếp khác.

Với những phát hiện nở rộ ở Tây phương về kinh nghiệm trong cõi chết, từ giữa thập niên 1970 trở đi, người ta chợt nhận ra rằng chết không phải là hết, và điều này đã hỗ trợ thêm cho bằng cớ về luân hồi, như sẽ được trình bày ở chương kế tiếp.

CHƯƠNG NĂM
HÀNH TRÌNH VÀO CÕI CHẾT

Về mặt sinh lý, cái chết được hiểu một cách giản dị qua những dấu hiệu phổ biến hầu như ai cũng biết: tim ngừng đập, mũi ngừng thở, và thân thể giá lạnh. Đời người, dù là một đế vương uy quyền tột bực hay một lão hành khất tồi tàn, cũng đều chấm dứt trong tình trạng bình đẳng đó. Nếu bằng lòng với sự hiểu biết chừng ấy về cái chết thì đời người đơn giản biết mấy; nào có khác gì kiếp cỏ cây hay muôn thú. Tuy nhiên, con người đã không cảm nhận hoặc suy nghĩ đơn giản như thế. Điều gì xảy ra cho con người sau khi buông tay nhắm mắt? Chết là hết, hay còn có gì đằng sau cái chết? Đó là những câu hỏi đã xuất hiện từ thuở xa xưa, hầu như dân tộc nào cũng có; và mỗi dân tộc, tùy theo quan niệm, tùy theo trình độ nhận thức; đã có những cách cắt nghĩa khác nhau, thể hiện qua tập tục, lễ nghi, tôn giáo, triết học, và lối sống, v.v...

Cũng như bao vấn đề khác, câu chuyện về cái chết luôn luôn được tranh luận sôi nổi với hai phái "có" và "không". Đối với người có đức tin, họ không cần chứng minh, họ tin rằng chết chỉ là sự hủy diệt thể xác, còn linh hồn thì bất tử. Đối với người không có đức tin, chết là hết, không có gì cần phải bàn cãi. Dầu sao, giới khoa học cũng có một thái độ phải chăng hơn: nghiên cứu thận trọng trước khi đưa ra một kết luận, dù chỉ là tạm thời.

I. SỰ THAM GIA CỦA KHOA HỌC

Năm 1928, bác sĩ George Ritchie, giáo sư môn tâm thần tại Đại Học Y Khoa Virginia, Hoa Kỳ, cho xuất bản cuốn *Return from Tomorrow* (*Trở Về Từ Ngày Mai*), trong đó, ông kể lại chi tiết những cảnh tượng mà ông đã trải qua trong một cơn chết đi sống lại hồi còn trai trẻ.

Bấy giờ, Thế Chiến I (1914-1918) đang diễn ra ác liệt ở Âu châu. Ritchie đang thụ huấn quân sự tại bang Berkeley thuộc tiểu bang Texas. Do nhu cầu quân đội, ông được cử đi học ngành thuốc tại Đại Học Virginia. Chuẩn bị nhập trường thì Ritchie bỗng mắc chứng sưng phổi cấp tính. Bấy giờ, thần dược Penicillin chưa ra đời, cơn bệnh diễn tiến nguy kịch, và đêm nọ, y tá trực đã báo cáo với bác sĩ rằng bệnh binh Ritchie đang lên cơn hấp hối. Bác sĩ khám nghiệm thì thấy con bệnh đã chết, liền ra lệnh cho y tá lập thủ tục khai tử để chuyển xuống nhà xác. Khi người y tá lo xong thủ tục và trở lại phòng Ritchie thì chợt nhận ra có dấu hiệu hồi sinh, vì vị trí bàn tay thay đổi so với trước, lại vội vã báo cáo. Việc đưa xuống nhà xác tạm đình chỉ, bệnh binh được tiếp tục cứu chữa và theo dõi. Ba ngày sau, Ritchie mới hồi tỉnh rồi dần dần bình phục. Y sĩ trưởng camp Berkeley, bác sĩ Donald Francis xác nhận đây quả thật là một trường hợp hy hữu trong đời làm nghề thuốc của ông. Đối với Ritchie cũng hy hữu không kém. Sự việc chết đi sống lại chỉ diễn ra trong vòng chín phút—thời gian người y tá trực đi làm thủ tục—nhưng là chín phút đầy ý nghĩa vì ông đã trải qua một kinh nghiệm hiếm có trên đời: kinh nghiệm về cái chết.

Theo ông kể lại, bấy giờ vào khoảng nửa đêm, ông thấy mình đang ở trong một căn phòng nhỏ. Sực nhớ là phải đón chuyến xe bus để nhập trường cho đúng ngày, bèn vội vã đi tìm quần áo để cho vào túi xách. Tìm mãi chẳng thấy đâu, Ritchie nghĩ rằng quần áo để dưới gầm giường nên đến bên giường để tìm, cũng chẳng thấy gì cả, nhưng lại thấy trên giường có một thanh niên tóc nâu hớt ngắn đang nằm, không để ý đến ai. Ông bỏ ra ngoài phòng, gặp một người trung sĩ ở hành lang, bèn lên tiếng nhờ chỉ giúp quần áo để đâu. Anh chàng này dường như không nghe câu hỏi mà cũng không trông thấy Ritchie, cứ lẳng lặng xồng xộc tiến tới, suýt nữa đâm sầm vào người. Nếu Ritchie không nhanh chân tránh kịp. Ý nghĩ đến với trường thôi thúc, ông cảm thấy cần phải lên đường, thế là tự nhiên đã thấy ở ngoài khu vực căn cứ và đang bay về hướng Richmond. Đến một nơi nọ, thấy bên dưới có con sông rộng, vắt ngang là một cây cầu cao và dài, bên kia cầu là một thành phố lạ.

Không biết đây là đâu, Ritchie nghĩ nên dừng chân để hỏi thăm đường. Vừa mống lên ý nghĩ đó thì đã thấy mình ở dưới mặt đất, chỗ có hai con đường chạy song song. Thấy có ánh sáng lấp lánh phát ra từ bảng hiệu của một ngôi nhà lợp ngói đỏ, Ritchie tiến về phía đó. Tới gần, mới biết đó là bảng quảng cáo bia Pabst Blue Ribbon treo ở cửa sổ, còn bảng hiệu thì đề hai chữ Cafe. Thấy có người đang trên đường tiến vào quán, Ritchie tiến đến và lịch sự hỏi "Xin cho biết đây là thành phố nào?" Nhưng, thật là ngạc nhiên, anh ta dường như chẳng nghe mà cũng chẳng thấy Ritchie, cứ lầm lũi mà đi. Tưởng anh ta điếc, ông tiến đến bên cạnh, lấy tay vỗ vào vai và lập lại câu hỏi. Lần này lại càng ngạc nhiên hơn, vì tay như đập vào khoảng không, và hai người gần nhau tới nỗi ông thấy cả sợi râu chưa cạo trên má, vậy mà anh ta vẫn tỏ ra không hay biết gì cả!

Ritchie bỏ đi hỏi đường ở một người khác, nhưng lần này cuộc đối thoại câm điếc cũng lại tái diễn. Một cảm giác cô đơn chợt đến với Ritchie thấy rằng việc đi Richmond có vẻ vô ích quá, vì dường như chẳng có ai biết sự hiện diện của ông cả, nên quyết định hãy trở về chốn cũ, nơi có nhiều người quen. Ông nghĩ rằng mình đã chết và muốn hồi sinh, nhưng giữa đêm tối mịt mùng như thế này, làm sao tìm ra cái xác của mình giữa năm ngàn (5,000) tân binh lúc nhúc trong các phòng? Sực nhớ bàn tay trái có đeo chiếc nhẫn Phi-Gamma-Delta, Ritchie cứ theo đó mà tìm và quả thật đã nhận ra được. Ông cố gắng lật tấm vải che để nhập xác hồi sinh nhưng không thể nào làm được, bèn ngồi thừ bên giường với tâm trạng buồn bã.

Lúc đó, tự nhiên trong phòng sáng rực lên một cách kỳ lạ, như "có cả triệu ngọn đèn cùng bật lên một lúc", dù Ritchie biết chắc rằng trong phòng chỉ có mỗi một ngọn đèn mười lăm watts. Và rồi có người vào phòng, một người có vẻ lạ lùng, khác thường, như bằng ánh sáng. Ông không thấy rõ mặt, và người đó hẳn là chưa bao giờ quen biết, nhưng tự nhiên ông cảm thấy từ nơi người ánh sáng ấy toát ra một năng lực kỳ diệu, đem lại cho ông một cảm giác an lạc, thư thái, như được che chở trong tình thương yêu và đùm bọc. Bằng cách nào đó người ấy cho Ritchie thấy lại toàn bộ cuộc đời đã qua, và hỏi "Con đã làm những gì trong cuộc đời của con?" Rồi người đó dẫn Ritchie đi xem những cảnh giới lạ lùng, gây cho ông một ấn tượng sâu xa, nên khi kể lại, ông đã gọi đó là "Một Vòng Du Lịch Học Hỏi" (an Education Tour).

Ở một nơi nọ, ông thấy những người đam mê sắc dục đang đau khổ vì thèm muốn nhưng bất lực; những người nghiện rượu không thể nào đưa tay lấy được ly rượu đang để trước mặt, đành thèm thuồng đứng nhìn kẻ khác uống rượu ngon lành. Rồi lại thấy cảnh những người tự tử vì tuyệt vọng, nhưng chết rồi mà tuyệt vọng vẫn còn nguyên, vì cái chết không giải quyết được gì cả. Lại thấy cảnh một ông chủ hò hét ra lệnh cho nhân viên làm việc này việc nọ, nhưng chẳng ai thèm nghe; ông ta chết rồi mà đâu có biết! Ritchie cho rằng những cảnh như thế là một hình thức của địa ngục, vì con người đau khổ do không thỏa mãn được sự tham muốn. Sau đó, ông lại được dẫn đi xem những cảnh giới tốt đẹp hơn, chẳng hạn như một nơi nọ có thư viện to lớn, với những sách quí, loại sách mà Ritchie gọi là "Chìa Khóa Của Vũ Trụ", trong đó có *Thánh Kinh*. Kế đến là một nơi khác có cảnh quang cực kỳ xinh đẹp với những con người bằng ánh sáng (Being of Light), giống như người dẫn đường. Tuy nhiên, ông nghĩ rằng người dẫn đường hẳn là vị cao nhất trong số đó và có lẽ là đấng Christ.

Ritchie đang mê mãi muốn đi nữa, nhưng tự nhiên những bức tường chung quanh khép lại. Ông chợt nhận ra căn phòng cũ, bên cạnh cái xác của mình, và rồi sau đó rơi vào một trạng thái mù mờ cho đến ba ngày sau mới tỉnh lại. Về sau khi có dịp đi ngang qua thành phố Vicksburgh thuộc bang Mississippi, qua những dấu hiệu quen thuộc, Ritchie nhận ra ngay đó chính là thành phố ông đã tạm dừng chân để hỏi thăm đường trong cuộc phiêu du của trạng thái chết đi sống lại.[1]

[1] Thuật lại theo lời Sylvia Cranston, sđd., p. 126-131.

Trạng thái mà bác sĩ Ritchie trải qua, giới nghiên cứu gọi là kinh nghiệm cận tử (*Near-Death Experience*, NDE). Trong y học, người ta phân biệt hai trạng thái chết: chết thật sự và chết lâm sàng (Clinical Death). Dấu hiệu của chết lâm sàng là tim ngưng đập, mũi ngưng thở, mất ý thức, và con ngươi của mắt không còn phản ứng với ánh sáng. Tuy nhiên, thân thể vẫn còn chút nóng ấm. Bằng tự nhiên (như trường hợp của bác sĩ Ritchie ở trên) hoặc nhờ thuốc men và các phương tiện cấp cứu khác, người chết lâm sàng có thể được hồi sinh. Vì chết đi rồi sống lại, nghĩa là chỉ mới cận kề cái chết chứ chưa đi hẳn vào trong cõi chết, nên giới nghiên cứu mới gọi những gì thấy biết trong trạng thái đó là kinh nghiệm cận tử.

Những tiết lộ của bác sĩ Ritchie vào lúc đó quả là quá sớm, nên trở thành cung đàn lạc điệu, chẳng gây chú ý nào của người đọc. Hơn bốn mươi lăm năm sau, cũng viết về đề tài NDE, cuốn *Life after Life* (*Đời Nối Đời*) của bác sĩ Raymond Moody, khi được xuất bản vào năm 1975, đã trở thành một best seller trong năm, gây dư luận xôn xao trong giới độc giả. Ngay trang mở đầu, tác giả đã trân trọng đề tặng bác sĩ Ritchie, vì kinh nghiệm cận tử của ông đã gợi ý cho tác giả dấn thân vào việc nghiên cứu cái chết.

Raymond Moody đỗ tiến sĩ Triết học, sau ba năm dạy Triết tại Đại Học North Carolina, ông nghỉ dạy, đi học y khoa, và trở thành bác sĩ chuyên khoa tâm thần. Ông muốn trở thành giáo sư dạy về triết lý y học tại đại học y khoa. Trong thời gian đi dạy hoặc đi học, ông thường được nghe các sinh viên, bạn bè, hoặc những người khác kể lại về những kinh nghiệm của họ trong cảnh chết đi sống lại của chính họ hoặc của người thân. Nhận thấy rằng đó là một kinh nghiệm lý thú, nên phổ biến để nhiều người cùng chia sẻ, nên ông bắt tay vào việc thu thập tài liệu, phỏng vấn những người đã từng trải qua trạng thái đó. *Life after Life* là tổng kết những gì R. Moody đã thu hoạch được trong bước đầu, sau năm năm sưu tập với một trăm năm mươi (150) trường hợp điển hình. Tổng kết kinh nghiệm của những người đã từng đối diện với thần Chết, Moody đã vẽ nên một bức tranh điển hình về cái chết như sau:[2]

[2]Trong khung cảnh của phòng cấp cứu tại bệnh viện. Ở Mỹ, cái chết thường diễn ra ở bệnh viện, không để chết ở nhà như ở Việt Nam.

"Một người đang chết, và tới lúc suy kiệt cùng cực của thể xác, anh ta nghe bác sĩ tuyên bố rằng đã chết. Anh nghe vang lên một âm thanh khó chịu, như thể tiếng chuông rung lớn hay tiếng huyên náo, cùng lúc đó, cảm thấy thân mình như được phóng đi rất nhanh trong một đường hầm tối om. Sau đó, bỗng nhiên anh ta nhận thấy đang ở ngoài thể xác của mình, tuy vẫn ở trong khung cảnh thực của lúc ấy,[3] và như một khán giả, anh thấy cái xác của mình nằm đó, cách một quãng ngắn. Từ vị trí thuận lợi khác thường ấy và trong một tâm trạng xúc động sôi nổi, anh ta quan sát nỗ lực hồi sinh cái xác kia."

[3]Phòng cấp cứu tại bệnh viện.

"Sau một lúc, anh ta trấn tĩnh lại và trở nên quen thuộc với trạng huống kỳ cục nầy. Anh nhận ra rằng mình vẫn còn một cái thân (body), nhưng là một cái thân với tính chất và năng lực rất khác với cái thân xác vật chất mà anh đã bỏ lại. Rồi những việc khác bắt đầu xảy ra. Có những kẻ đến gặp anh và giúp đỡ anh. Anh thoáng thấy vong linh của thân nhân và bạn bè đã chết và một vị Thánh như bằng ánh sáng, đầy vẻ thương yêu ân cần mà anh chưa hề gặp, xuất hiện trước mắt. Vị này hỏi anh ta một câu để anh ta tự đánh giá cuộc đời mình và giúp anh trong chớp mắt thấy lại toàn cảnh cuộc đời với những biến cố quan trọng. Vào lúc đó, anh ta nhận ra như đang tiến tới một thứ ranh giới nào đó, phân cách cuộc đời trần thế và cuộc sống kế tiếp. Bấy giờ, anh ta thấy rằng mình phải trở về trần thế vì chưa đến lúc phải chết. Chính vào lúc đó, anh lại tỏ ra phân vân do dự, vì anh đã có kinh nghiệm về kiếp sau như thế nào rồi, không muốn trở về nữa. Anh cảm thấy tràn trề sung mãn trong niềm an lạc thương yêu. Dầu muốn vậy, nhưng bằng một cách nào đó, anh ta lại nhập vào cái xác kia và sống lại."

"Về sau, anh ta cũng có thể đã kể câu chuyện đó cho người khác nghe, nhưng đã gặp trở ngại. Thứ nhất, anh ta không thể tìm được thứ ngôn ngữ thích hợp để diễn tả lại những gì đã xảy ra nơi cái cõi không phải là trần thế kia. Thứ hai, anh ta đã bị người nghe nhạo báng, nên thôi, không nói cho ai nghe nữa. Tuy vậy, kinh nghiệm đó đã tác động sâu xa vào cuộc đời anh, đặc biệt là đối với cái nhìn của anh về cái chết và các mối quan hệ trong cuộc sống."[4]

[4]Raymond Moy. *Life after Life*. Georgia: Mockingbird Books, 1975, p. 21-23.

Cuốn *Life after Life* đã gây ngạc nhiên thích thú cho một số lớn người đọc vì những tiết lộ thật là mới mẻ về cái chết. Người ta không ngờ rằng cái hiện tượng rất quen thuộc ấy lại chứa đầy những lạ lùng bí ẩn như thế. Tuy nhiên, những tiết lộ đó chưa có tính thuyết phục cao, nhất là đối với giới khoa học. Người ta không tin cũng phải, vì giữa thời đại mà các ngành khoa học hàng đầu như điện tử, điện toán, nguyên tử, và sinh học... tiến bộ như vũ bão, đem lại bao kết quả thần kỳ trong cuộc sống hằng ngày của hàng tỷ người trên mặt địa cầu nầy, thế mà bác sĩ Moody lại đi giới thiệu về một bức tranh chết vẽ bằng những đường nét đầy màu sắc hoang tưởng! Mặt khác, như bác sĩ Moody đã viết trong chương Vấn Đáp, người ta có thể đặt câu hỏi rằng nếu kinh nghiệm cận tử là một hiện tượng phổ biến, thế tại sao từ lâu không nghe nói đến?

Trong số những người không tin chương trình nghiên cứu của Moody, có một bác sĩ trẻ chuyên về tim mạch, tên là Michael Sabom, đang làm việc tại một bệnh viện ở Florida. Được báo chí phỏng vấn về vấn đề nêu lên trong *Life after Life*, ông lịch sự trả lời: "Tôi không tin điều đó. Chết là hết, khi bạn chết là hết."

Đa số những người chết đi sống lại được bác sĩ Moody phỏng vấn, tìm hiểu, là những bệnh nhân tim mạch. Bác sĩ Sabom đã tự tay hồi sinh nhiều bệnh nhân tim mạch, đã từng dành họ một cách thắng lợi ra khỏi bàn tay thần Chết. Vậy mà có nghe họ nói gì đâu?

Nhiều bác sĩ khác cũng bày tỏ cảm tưởng như thế. Vậy, nên ông tỏ ý không tin những gì Moody đã viết ra là điều tất nhiên.

Tình cờ có một nhóm người hoạt động cho một nhà thờ địa phương đến mời bác sĩ Sabom cộng tác với tư cách cố vấn chuyên môn để giới thiệu cuốn sách của bác sĩ Moody với các tín hữu.

Nễ mất lòng, ông nhận lời một cách bất đắc dĩ, vì trong thâm tâm, không những ông đã không tin những gì Moody viết ra, mà ông còn cho rằng phương pháp làm việc của Moody thiếu khoa học, chưa được thấu đáo. Để có dữ kiện chuẩn bị cho những ý kiến sẽ được phát biểu trong buổi giới thiệu sách, bác sĩ Sabom thấy rằng cần phỏng vấn một vài bệnh nhân đã từng chết lâm sàng để xem hư thực ra sao.

Khi phỏng vấn đến nhân chứng thứ ba—một nữ trung niên, nội trợ, cư ngụ ở thành phố Tampa (Florida), có hồ sơ bệnh lý ghi rõ chết lâm sàng mấy lần—ông đã bàng hoàng kinh ngạc, như đã từng thú nhận sau này:

"... Bà ta bắt đầu kể về kinh nghiệm cận tử của bà. Tôi nghe bằng đôi tai nghề nghiệp của một thầy thuốc. Thật là cực kỳ ngạc nhiên, những chi tiết bà kể trùng hợp với những gì đã được mô tả trong *Life after Life*, mặc dầu bà ta chưa được nghe nói về cuốn sách này... Kết thúc cuộc phỏng vấn (Ghi Âm), tôi có cảm tưởng rõ ràng rằng những gì người phụ nữ này kể với tôi đêm hôm ấy quả là một nhạo báng cá nhân sâu xa đối với tôi về một lãnh vực y học mà tôi hoàn toàn mù tịt."

Michael Sabom đã viết những giòng này trong cuốn *Recollections of Death, a Medical Investigation* (Tái Sưu Tập Về Cái Chết, Một Cuộc Điều Tra Y Học. New York: Harper & Row Publishers, 1982) ở chương mở đầu, được xuất bản sau năm năm miệt mài nghiên cứu về kinh nghiệm cận tử tại bệnh viện Atlanta Veterans Administration Medical Center, nơi ông làm bác sĩ điều trị, và tại Đại Học Y Khoa Emory (Atlanta), nơi ông dạy học.

Những gì ông công bố về cuốn sách vừa nói, không những không có gì mâu thuẫn với *Life after Life* của Moody mà lại càng làm sáng tỏ thêm, củng cố thêm những sự thực đã được tiết lộ trong đó về cái chết. Ông viết:

"Tôi phải công nhận rằng lần đầu tiên đọc *Life after Life*, tôi có cảm tưởng những kinh nghiệm này (NDE) được nói ra, hoặc là do những người muốn lợi dụng tác giả, hoặc chính bác sĩ Moody muốn tô điểm thêm để làm thành một cuốn sách ăn khách. Sau năm năm, với một trăm mười sáu cuộc phỏng vấn, tôi nhận thức rằng mối hoài nghi ban đầu của tôi là sai lầm." (Sđd., p. 158.)

Khi nhận thức rằng kinh nghiệm cận tử là một hiện tượng phổ biến, người ta mới thử quay về quá khứ, lục tìm trong kho sách vở cổ kim Đông Tây xem vấn đề đó đã được đề cập chưa và thấy rằng người xưa đã nói tới rồi, chỉ có điều vì cơ duyên chưa đến nên đã bị người đời quên lãng mà thôi. Trong số những tác phẩm thuộc về đạo học, người ta nhận ra sự hiệu hữu của hai cổ thư của Ai Cập và Tây Tạng với giá trị lớn lao của chúng. Còn về kinh nghiệm cận tử, đã được kể lại rất nhiều.

Bên cạnh chuyện kể của những người bình thường, còn có cả những nhân vật tiếng tăm, thế mà người ta đã không mảy may chú ý.

Chẳng hạn như cái chết của Đô Đốc Francis Beaufort lúc ông còn bé, bị rơi ở hải cảng Portsmouth (Anh Quốc) năm 1795; của Đô Đốc Richard Byrd khi ông thám hiểm Nam Cực; của văn hào Ernest Hemmingway khi ông bị pháo kích bị trọng thương vào ngày 18-7-1918 tại mặt trận Ý, lúc tham gia Thế Chiến thứ I (1914-1918) v.v... và v.v...

Trong lãnh vực nghiên cứu kinh nghiệm cận tử, Moody và Sabom không phải là hai khuôn mặt độc quyền và đi đầu. Cả hai được nhắc nhở nhiều vì sớm có công trình chào đời và công trình của họ tạo được sự chú ý lớn lao của dư luận. Người ta có thể kể những khuôn mặt lớn khác trong lãnh vực này, như tiến sĩ Kenneth Ring, nhà tâm thần học người Mỹ gốc Thụy Sĩ, Elizabeth Kubler Ross (người đề tựa cho cuốn sách của Moody), Osis, và Haraldsson v.v...

Hiện nay, việc nghiên cứu về cái chết không còn là việc làm riêng lẻ của từng cá nhân nữa. Nó đã chính thức đi vào đại học lớn, như một chuyên ngành mới. Connecticut, Michigan, Iowa, Virginia, Western New Mexico, Berkeley, Seattle, và Denver... đều là những đại học có chuyên ban nghiên cứu NDE. Hiệp Hội Nghiên Cứu Cận Tử Quốc Tế (The International Association for Near-Death-Studies) đã được thành lập, đặt trụ sở tại Đại Học Connecticut, do tiến sĩ Kenneth Ring làm chủ tịch, qui tụ những người cùng quan tâm vấn đề này trên khắp thế giới.

II. NHỮNG PHẢN ĐỀ VỀ KINH NGHIỆM CẬN TỬ

Song song với các cuộc nghiên cứu của các nhà khoa học, năm 1981 Viện Thống Kê Gallup đã mở một cuộc thăm dò về kinh nghiệm cận tử trong dân chúng Mỹ. Kết quả cho thấy có đến hai triệu người Mỹ đã trải qua kinh nghiệm này, trong đó có 1.2 triệu người thấy được hiện tượng ánh sáng và 1.7 triệu người thấy lại toàn bộ cuộc đời mình. Cũng như vấn đề luân hồi, việc khám phá ra kinh nghiệm về cái chết không phải được giới khoa học thuộc nhiều ngành khác nhau (y học, tâm lý, tâm thần, và xã hội...) dễ dàng chấp nhận.

Không thiếu gì người đã mỉm cười cho rằng cái được gọi là NDE chẳng qua cũng chỉ là những ảo giác chiêm bao mộng mị mà thôi, chả có gì mà phải quan trọng hóa nó như thế.

Các nhà nghiên cứu đã rất quan tâm đến vấn đề này và câu hỏi theo tinh thần đó luôn luôn được đặt ra cho các nhân chứng trong cuộc phỏng vấn và luôn luôn bị phủ nhận, có khi khá quyết liệt. Họ xác nhận họ chiêm bao cũng đã nhiều và biết phân biệt chiêm bao với những gì thấy được trong kinh nghiệm cận tử. Ngôn ngữ thường được dùng để diễn tả là "nó rất thực", còn thực như thế nào thì không thể nói lên lời, không thể chứng minh một cách cụ thể được. Các nhà nghiên cứu NDE, bằng cách đánh giá gián tiếp, đã hiểu được cái thực đó của NDE.

Trước hết, cảnh trong mộng thường thấy không rõ ràng, không để lại ấn tượng sâu xa. Trái lại, những điều nghe thấy trong NDE thường rõ nét hơn, in sâu vào trí nhớ, ảnh hưởng mạnh mẽ và lâu dài đến tinh thần và tình cảm của người trong cuộc.

Những người đã trải qua kinh nghiệm cận tử nói rằng với những gì đã trải qua, họ đã biết thế nào là chết, chết rồi sẽ đi về đâu, do đó, họ không còn sợ hãi cái chết nữa. Họ đã hiểu cái lẽ mà người Việt chúng ta gọi là "Sống Gởi, Thác Về" (Sanh Ký, Tử Qui), từ đó họ có một thái độ bình thản đón nhận cái chết sẽ lại đến. Thậm chí có người còn mong cho sớm tới ngày đó để được về nơi cõi an lạc mà họ đã từng đặt chân đến nhưng không được phép ở lại. Mặt khác, những gì có tính cách thiêng liêng được thấy trong NDE thường tác động sâu xa đến người được sống lại, làm cho họ phải suy nghĩ nhiều về ý nghĩa cuộc đời, về những giá trị tinh thần, về mối quan hệ với những người chung quanh... Từ đó, họ có một thay đổi lớn, gây ngạc nhiên cho những người quen biết. Có người từ chỗ trước kia có một cuộc sống đầy bon chen giành giật, chạy đua theo vật chất, thì nay lại chọn một cuộc sống trầm lặng hơn. Có người từ chỗ vô tín ngưỡng đã tìm thấy đức tin ở tôn giáo. Có người vốn sống ích kỷ, với những hoạt động xã hội thì nay lại hiến dâng cả quãng đời còn lại cho hành động phục vụ tha nhân kém may mắn. Chiêm bao mộng mị làm gì có khả năng tác động thay đổi sâu xa như thế?

Lại nữa, mộng thường thiên sai vạn biệt, không ai mộng giống ai, không có một mẫu số chung về mộng. Trái lại, người ta đã tìm thấy những nét chung nhất về kinh nghiệm cái chết. Những nét chung nhất đó là gì? Đó là cái cảm giác bay xuyên qua một đường hầm tối đen, nghe những âm thanh khó chịu, thấy được ánh sáng với những màu sắc khác nhau (trắng, vàng, đỏ, và xanh...), cảm nhận được sự tách rời của linh hồn ra khỏi thể xác v.v.

Chính căn cứ vào cái mẫu số chung đó, không phân biệt nam nữ, giàu nghèo, già trẻ, chủng tộc, tôn giáo, có học hay vô học, có địa vị trong xã hội, hay chỉ là hạng tầm thường v.v. mà bác sĩ Moody vẽ nên bức tranh chết điển hình, như đã giới thiệu ở trước.

Những người đã trải qua NDE hầu hết đều xác nhận trong trạng thái hồn lìa khỏi xác đó, họ rất tỉnh táo, sáng suốt, có sự nghe thấy nhạy bén hơn, đi lại dễ dàng theo ý muốn, không bị vật chất và không gian ngăn ngại.

Họ thấy, nghe, tất cả những gì đang diễn ra chung quanh thế giới người sống nhưng không thể nào tiếp xúc được với thế giới đó, không thể nào làm cho người sống hiểu về sự có mặt của họ ở bên cạnh; họ cũng không tác động gì được vào vật chất (đụng chạm người sống hay di chuyển đồ đạc...) Chính những trở ngại khác thường này có khi làm cho người chết cảm thấy cô đơn, buồn nản, hoặc giận dữ vì tình trạng gần như bị cô lập trong một thế giới khác.

Họ nhận rõ họ có hai cái thân: một cái thân xác nằm kia, bất động, vô tri, như một "cái bao rỗng" (empty bag) và một "cái tôi" khác đang chứng kiến những nỗ lực hồi sinh của bác sĩ và y tá đang diễn ra trên thân xác họ mà không ghi nhận một cảm giác nào, mặc dù thấy rõ ràng là đang được xoa bóp lồng ngực, hoặc được mổ xẻ, được chích thuốc, hay được truyền máu v.v.

Có người, sau khi sống lại, đã kể lại những lời nói và những việc làm của y tá và bác sĩ trong khi cấp cứu, làm số người này lấy làm lạ rằng lúc đó họ đã ở vào trạng thái chết, làm sao lại biết được?

Vào lúc tiến đến ranh giới của sự ra đi vĩnh viễn vào cõi an bình bên kia hay trở về trần thế nhiều hệ lụy này, nhiều người đoán quyết rằng họ đã tỉnh táo quyết định quay về vì còn nhiều việc chưa giải quyết xong hoặc cuộc sống của người thân đang cần đến họ. Đó là trường hợp những bà mẹ có con còn thơ dại, những người chồng không nỡ bỏ vợ dại con thơ, những người đang dang dở sự nghiệp v.v.

Đó là những quyết định của lý trí, hoàn toàn dựa trên sự kiện thực tế, rất sáng suốt, điều mà mộng không thể có.

Cũng không thiếu những nhà y học cho rằng những gì thấy trong NDE chẳng qua chỉ là sản phẩm của những ảo giác do thuốc men điều trị.

Điều này mới nghe qua, không phải là không có lý. Nhưng người chết đi sống lại để có kinh nghiệm cận tử là những kẻ đã trăm chết một sống. Họ là thân chủ của những chứng ngặt nghèo như trụy tim mạch, xuất huyết bao tử, xuất huyết ruột, xuất huyết thận, thương tích trầm trọng... Trong những trường hợp đó, để giúp bệnh nhân bớt bị những cơn đau đớn hành hạ, các loại thuốc tác động đến hệ thần kinh được xử dụng, chẳng hạn như morphine, do đó có thể gây ảo giác. Các nhà nghiên cứu NDE, đa số là giới y khoa, dư biết điều ấy. Bằng phương pháp thống kê phân tích, bằng tiến hành thí nghiệm đối chứng, họ đã rút được kết luận rằng những ảo giác do thuốc men gây ra không giống với những gì thấy được trong kinh nghiệm cận tử.

Các nhà sinh lý học lý luận rằng vào lúc con người hấp hối, các cơ quan đều đi đến chỗ tê liệt, máu không còn cung cấp đủ oxygen cho não nữa, mặt khác lượng carbon dioxide (CO_2) gia tăng; thế nên những gì gọi là kinh nghiệm cận tử chẳng qua chỉ là những ảo giác phát sinh từ những phản ứng hóa học cuối cùng đang xảy ra trong não trong tình trạng suy kiệt.

Bác sĩ Sabom đã mở cuộc thí nghiệm đối chứng bằng cách giảm lượng oxygen cung cấp cho não trên những người tình nguyện và ghi nhận có ảo giác phát sinh, nhưng những ảo giác này không dính gì đến NDE.

Không thiếu gì những nhà tâm lý học hoặc xã hội học đầy hoài nghi cho rằng những gì thấy trong kinh nghiệm cận tử chỉ là sự phóng chiếu kinh nghiệm mà bản thân người đó đã tích lũy trong cuộc sống. Nói một cách khác, những gì mà người chết sống lại kể về thế giới bên kia chỉ là sự bịa đặt do căn cứ vào kinh nghiệm có sẵn.

Bác sĩ Sabom cũng như những nhà nghiên cứu khác không phải là không biết điều đó. Riêng ông, đã thực hiện cả những cuộc phỏng vấn đối chứng. Sabom cho biết rằng với kiến thức chuyên môn và kinh nghiệm phỏng vấn, có thể tìm ra dễ dàng những bịa đặt của những người chưa thực sự trải qua NDE, vì có những sơ hở rất lộ liễu. Bác sĩ Moody—để trả lời cho câu hỏi liệu nhân chứng có nói láo, có bịa đặt để đối gạt không—đã cho biết rằng bằng kinh nghiệm chuyên môn, bằng đánh giá thái độ và những biểu lộ xúc động của nhân chứng trong lúc phỏng vấn, ông có thể biết đâu là sự thực. Và chăng, không lẽ mỗi người mỗi nơi, không quen biết nhau, lại đồng tâm nói giống nhau?

III. KHOA HỌC TIẾP CẬN ĐẠO HỌC

Nói gì thì nói, điều quan trọng mà các nhà nghiên cứu thấy được là "Chết không phải là hết"; sau cái chết là một cuộc sống khác. Từ đó, tiến đến ý niệm về luân hồi là một bước tất yếu. Vì vậy, khi viết về kinh nghiệm cận tử, bác sĩ Moody đưa ra một nhận xét:

"Nếu tái sinh xảy ra thì dường như phải có một quãng thời gian tạm dừng trong cảnh giới khác giữa giai đoạn từ bỏ thể xác cũ và nhập vào một thân xác mới... Cũng ghi nhận rằng cuốn *The Tibetan Book of the Death* (*Tử Thư Tây Tạng*) đã mô tả chính xác các giai đoạn sẽ gặp lúc mới chết, có nói rằng tái sinh sẽ xảy ra sau đó, sau những sự kiện đã được đề cập."[5]

[5] R. Moody, sđd., p. 135-136.

Thì ra, sau khi mất nhiều năm tháng và công sức để tìm tòi, tranh luận, khi lật lại những trang sách của đạo học, người ta mới nhận ra đó không phải là loại sách mê tín, vì những khám phá về cái chết có vẻ mới mẻ với khoa học, với Tây phương, vốn đã được đạo học Đông phương nói từ lâu.

1. Nguồn Gốc *Bardo Thodol* (*Tử Thư Tây Tạng*)

Với độ cao trên năm ngàn (5,000) mét, nằm dựa mình vào dãy núi Hy Mã Lạp Sơn, Tây Tạng được nhiều người biết đến như "Nóc Nhà Của Thế Giới", một đất nước hiền hòa hiện đang bị Trung Quốc đô hộ. Về mặt đạo học, với những gì huyền nhiệm mà thế giới tìm thấy ở nền văn hóa Tây Tạng, đất nước này đã được mệnh danh là "Xứ Phật Huyền Bí". Thực ra, màu sắc huyền bí ấy chỉ hiển hiện từ khi ngài Padma Sambhava,[6] một vị đại sư tại Phật Học Viện Nalanda (Ấn Độ) được vua Tây Tạng là Thi-Srong-Détan (740-786) cung thỉnh vào truyền giáo tại xứ này. Ngài chính là vị Tổ sư sáng lập nên Mật Tông Tây Tạng (The Tibetan Tantricism). Hầu như có thể tin chắc rằng *Tử Thư Tây Tạng* là tác phẩm do ngài Padma-Sambhava (người Tây Tạng tôn xưng là Guru Rinpoche) đã viết vào thế kỷ thứ VIII. Lúc đầu, sách được cất giữ như một bí kíp, nhưng về sau đã được một giới chức có thẩm quyền—có danh xưng là Rigzin-Karma-Ling-Pa—mang ra ánh sáng. Dầu vậy, sự phổ biến vẫn còn hạn chế. Nhan đề của sách theo tiếng Tây

Tạng là *Bardo Thodol*. Vào đầu thế kỷ XX, Lạt-Ma Kazi-Dawa-Samdup, thông dịch viên của nhà cầm quyền Anh và chính phủ Tây Tạng lúc bấy giờ, dịch sang tiếng Anh, lấy tên là *The Tibetan Book of the Death* (Sách *Tây Tạng nói về Cái Chết*, hay *Tử Thư Tây Tạng*). Đến năm 1919, sách này được tiến sĩ W. Y. Evans-Wentz, một môn đệ của Lạt-Ma Kazi, hoàn tất việc biên tập và mãi đến năm 1927 mới được xuất bản lần đầu tiên trên thế giới. Tên sách bằng tiếng Anh, đã trở thành quen thuộc đối với các nhà nghiên cứu Tây phương, vốn không phải được dịch ra từ nhan đề *Bardo Thodol*, mà chỉ là dịch lấy ý, vì nếu dịch sát nghĩa thì có lẽ người Tây phương khó lòng hiểu được.

[6]Tên của ngài có nghĩa là "sanh ra từ Hoa Sen", Tây phương dịch là "The Lotus-Born".

Bardo Thodol có nghĩa là "Thân Trung Ấm", một danh từ dùng để chỉ trạng thái của con người sau khi chết nhưng chưa đi tái sinh. "Bardo" có nghĩa là ở giữa hai trạng thái, trung gian giữa hai cõi "đang chết" và "sẽ sống". *Bardo Thodol* còn có một tên gọi khác nữa (như truyền thống kinh điển Phật Giáo) là *Kiến Văn Giải Thoát Đại Pháp* (*The Great Doctrine of Liberation* by Hearing and Seeing, Đại Giáo Pháp giải thoát bằng sự "nghe" và "thấy"). Chính vì ý nghĩa phức tạp như thế nên dịch giả đã phải lấy ý để đặt cho sách một nhan đề mới bằng Anh ngữ.

Tại Việt Nam, khoảng thập niên 1950, Phật Học Viện Trung Phần cho xuất bản cuốn *Liễu Sanh Thoát Tử* hay *Cứu Độ Trung Ấm Thân* do Thượng tọa Thích Quang Phú dịch từ nguyên văn chữ Hán của cư sĩ Liễu Dịch Nguyên. Nói về cái chết, ai đã từng làm quen với văn học Tàu, hẳn cũng đã biết *Hồi Dương Nhân Quả Kinh* (đã được dịch sang tiếng Việt từ lâu lắm), kể lại kinh nghiệm trong cõi chết của một người chết đi sống lại.

Xét về mặt nội dung, *Kinh Hồi Dương Nhân Quả* thiếu tính thuyết phục đối với những đầu óc duy lý, vì những gì được kể lại dễ dàng được xếp vào loại mê tín dị đoan. Còn *Liễu Sanh Thoát Tử* thì thế nào? Cuốn này, cho đến nay đã được tái bản nhiều lần, ở trong nước cũng như ở hải ngoại và rất quen thuộc với Phật tử Việt Nam. Điều đó đã chứng tỏ được giá trị thiết thực của nó trong việc tu học. Đem đối chiếu nội dung của *Bardo Thodol* và *Liễu Sanh Thoát Tử* (*LSTT*) có thể thấy rõ ràng cuốn sau được phóng tác từ cuốn trước; nói một cách khác, LSTT là *Bardo Thodol* đã được Trung Hoa hóa, chuyển từ tinh thần Mật Tông sang tinh thần Tịnh Độ Tông.

Có thể tác giả Liễu Dịch Nguyên khi đọc *Bardo Thodol,* đã không được rõ nguồn gốc Mật Tông của nó, thấy có dạy cầu nguyện Đức Phật A-Di-Đà và Đức Bồ-Tát Quan-Thế-Âm để được vãng sanh Tịnh Độ, nên đã viết LSTT theo tinh thần Tịnh Độ Tông. Cũng có thể ông ta biết rõ nguồn gốc Mật Tông của *Bardo Thodol* nhưng vì sách viết có phần khó hiểu, và chăng Mật Tông phổ biến ở Trung Hoa (gọi là Chơn Ngôn Tông) không rộng rãi như Tịnh Độ Tông, nên đã phóng tác thành LSTT theo tinh thần Tịnh Độ cho dễ phổ cập hơn. Dầu viết theo lối nào, LSTT cũng đã góp phần công đức không nhỏ trong việc hoằng dương Phật pháp. Người đọc, nếu biết rút lấy tinh túy để áp dụng cho mình thì cả hai cuốn đều mang lại lợi ích thiết thực như nhau, có điều *Bardo Thodol* mang lại một kiến văn sâu xa hơn.

Tại hải ngoại, dịch giả Trần Ngọc Anh đã viết lại tác phẩm này trong cuốn sách mang tựa đề *"Bên Kia Cửa Tử"* do nhà xuất bản Thế Giới ấn hành.

2. Mục Đích Của *Bardo Thodol*

Ở đời, đã được sanh ra thì sớm muộn gì cũng chết, theo đúng qui luật Sinh, Thành, Suy, và Hủy. Thế nhưng hầu như ai cũng sợ cái cửa tử. Đạo học nhận thức rằng sự sợ hãi đó sẽ làm cho người chết mất bình tĩnh, thiếu sáng suốt, nên sẽ không biết lựa chọn cho mình con đường lợi lạc nhất cho cuộc sống kế tiếp.

Từ chỗ không biết đó, sẽ bị tà lực mê hoặc, sẽ có những lựa chọn sai lầm làm cho cuộc sống kế tiếp kéo dài thêm đau khổ.

Mặt khác, vì không hiểu chết là gì, cái chết diễn ra như thế nào v.v., nên người sống đã không biết phải làm gì cho đúng phép để giúp đỡ hữu hiệu những người quá vãng trong lúc chuyển tiếp.

Thế nên mục đích của *Bardo Thodol* là giúp con người hiểu rõ về cái chết (chết là gì, cái chết diễn ra như thế nào, và chết rồi đi về đâu...) để từ đó không còn sợ hãi vô ích và có đủ sự bình tĩnh sáng suốt để chọn cho mình con đường tái sinh tốt đẹp nhất (vãng sanh về các cõi Tịnh Độ của Chư Phật, hoặc ít ra thì cũng là cõi Thiên, Nhơn, tuyệt đối tránh các cảnh giới địa ngục, ngạ quỷ, và súc sanh).

Hiểu được những lời chỉ giáo của *Bardo Thodol,* mỗi người vừa có thể tự giúp mình khi phải đi vào thế giới bên kia, đồng thời cũng giúp được người khác phải ra đi trước mình.

Nhằm mục đích đó, sách vừa giảng giải các hiện tượng xảy ra trong cõi chết, phân tích bản chất của các hiện tượng đó, vừa đưa ra lời khuyên thiết thực giúp hương linh biết nên làm gì khi trải qua những trạng huống như thế để được lợi lạc nhất. Vì vậy, *Bardo Thodol* là một cuốn sách nặng về thực hành hơn lý thuyết, không những là cẩm nang của các Lạt-Ma trên bước đường hoằng hóa Phật pháp mà còn chung cho hết thảy mọi người quan tâm đến thân phận mình trong kiếp lai sinh, bất kể thuộc tôn giáo nào.[7]

[7] *Bardo Thodol* đã được ông Như Pháp Quân Trần Ngọc Anh, một cư sĩ, dịch ra tiếng Việt, căn cứ vào bản tiếng Pháp của Marguerite La Fuente, với nhan đề *Bên Kia Cửa Tử*. Do nhà xuất bản Thế Giới ấn hành năm 1993 tại San José. Dịch sách đã là khó, dịch sách đạo học lại càng khó hơn, vì ngôn ngữ phức tạp, không dễ dàng chuyển đổi đầy đủ hết ý nghĩa. Việc làm của dịch giả Trần Ngọc Anh rất đáng quí, nhưng thú thật, mặc dầu không xa lạ với giáo lý Mật Tông, chúng tôi vẫn cảm thấy khó lãnh hội khi đọc *Bên Kia Cửa Tử*, có lẽ vì đã dịch qua bản tiếng Pháp, nghĩa là qua hai lần chuyển đổi, ý nghĩa vì thế mà sai lạc ít nhiều. Hiện chúng tôi đang có bản tiếng Anh, được tái bản lần thứ hai tại Hoa Kỳ năm 1948, sẽ cố gắng cống hiến một bản dịch trong tương lai không xa.

3. Ba Giai Đoạn Của Cõi Trung Ấm

"Cái chết" là nói theo ngôn ngữ thông thường, và cái chết thực ra không có gì đáng nói. Cái đáng nói là những gì sau khi chết, là trạng thái trung ấm, là thân trung ấm (Bardo body). *Bardo Thodol* đã tỉ mỉ phân tích tình trạng trung ấm ra làm ba giai đoạn, mỗi giai đoạn là một trạng thái khác nhau, theo đó thân trung ấm cũng trải qua những kiếp sống chuyển tiếp trước khi thực sự đi đầu thai trong một cảnh giới khác. Trung bình, cả ba giai đoạn này kéo dài trong vòng bốn mươi chín ngày. Tuy nhiên, thời gian này không mang một ý nghĩa xác định chắc chắn, vì nhanh hay chậm và dài hay ngắn, là hoàn toàn tùy thuộc vào nghiệp báo của người chết và sự thức tỉnh, sự chuyển biến tư tưởng, và sự quyết định của thần thức trong trạng thái trung ấm.

(a) Giai Đoạn Thứ Nhất

Giai đoạn thứ nhất gọi là Chikhai Bardo, có nghĩa là "Trạng Thái Trung Ấm vào Lúc Vừa Mới Chết" (The intermediate State of the Moment of Death).

Người sắp tắt hơi thở, sinh lực dồn về trung khu thần kinh tại tim.

Nguyên thủy "Thanh Tịnh Quang" (Primary Clear Light: ánh sáng nguyên thủy trong sạch) hiện ra. Người có thiện căn cao, liền hòa nhập vào ánh sáng đó và được siêu thoát, ngay khi hơi thở cuối cùng vừa dứt.

Người bị ác nghiệp nặng nề tránh né ánh sáng đó và bị đọa ngay vào ác đạo.

Thời gian này có thể dài bằng một bữa ăn hoặc ba ngày rưỡi đến bốn ngày. Riêng người thọ ác nghiệp, diễn ra trong chừng cái khảy ngón tay (a snap of a finger). Đó là đối với hai hạng người cực thiện và cực ác.

Còn đối với hạng người trung bình, nếu nguyên thủy "Thanh Tịnh Quang" xuất hiện nhưng vì chưa đủ căn cơ để nhận ra, thì tiếp đến, thời gian chừng một bữa ăn sau khi hơi thở cuối cùng vừa dứt, "Thanh Tịnh Quang" lại lóe sáng một lần nữa.

Nếu thần thức nhận ra đó là ánh sáng vi diệu mà hòa nhập ngay trong đó thì liền được siêu thoát. Còn những người căn cơ kém hơn, trong đời không xấu lắm mà cũng không tốt, không nhận ra được ánh sáng đó, sẽ trải qua một thời gian mù mờ rồi đi vào giai đoạn hai của tình trạng trung ấm. Trong Chikhai Bardo, người chết chưa nhận ra mình đã chết, nghiệp thức chưa trỗi dậy, nên chưa có những ảo tưởng, ảo cảnh xảy ra.

(b) Giai Đoạn Thứ Hai

Giai đoạn thứ hai, gọi là Chonyid Bardo, hay "Tình Trạng Trung Ấm của Kinh Nghiệm Thực Tại" (The Intermediate State of the Experience of Reality).

Đây là lúc thân trung ấm nhận ra mình đã chết. *Bardo Thodol* viết:

"Vào lúc đó, người chết thấy được phần ăn của mình đã được dọn riêng ra một bên,[8] cái xác đã được cởi hết quần áo (để thay đồ liệm), giường chiếu đã được quét dọn, nghe bạn bè và thân quyến than khóc, và mặc dầu người chết có thể thấy và nghe những người kia gọi đến mình, nhưng những người kia lại không thể nghe người chết nói với họ, vì thế người chết sinh ra hờn giận, bỏ đi."

---

[8] Cơm cúng người chết. Nên nhớ rằng sách viết trong bối cảnh tập tục Tây Tạng

"Vào lúc này, những âm thanh, ánh sáng, và những quang tuyến hiện ra. Những cái này làm cho người chết sợ sệt, kinh hãi, và khủng khiếp, vì vậy cảm thấy mệt nhọc."[9]

[9] W. Y. Evans-Wents *The Tibetan Book of the Death,* London-New York-Toronto: **1948**, p. 101-102

Tùy nghiệp thức của mỗi người mà những cảnh thấy trong giai đoạn hai này lành dữ khác nhau. Thời gian ở trong giai đoạn này có thể kéo dài đến mười bốn ngày. Dài hay ngắn là do thần thức giác ngộ con đường vãng sanh sớm hay muộn. Trong thời gian năm ngày đầu, năm Vị Thiền Phật (Ngũ Trí Như Lai, sẽ trình bày sau) sẽ lần lượt phóng hào quang tiếp độ hương linh. Nếu hương linh vẫn chưa nhận ra, những hào quang đó sẽ hợp phóng giải thoát lần cuối trong ngày thứ sáu. Nếu hương linh vẫn tránh né chối từ thì ngày thứ bảy các thiện thần sẽ hiện ra để tiếp độ.

Từ ngày thứ tám đến ngày thứ mười bốn là sự xuất hiện của các ác thần, một hình thức khác của thiện thần, cũng trong mục đích cứu độ.

Nếu những nỗ lực này không hấp dẫn được thần thức người chết hòa nhập để siêu thoát, thì thân trung ấm lại trải qua một thời gian mờ mịt rồi đi vào giai đoạn ba.

(c) Giai Đoạn Thứ Ba

Giai đoạn thứ ba, gọi là Sidpa Bardo, hay "Tình Trạng Trung Ấm Tìm Đường Tái Sinh" (The Intermediate State When Seeking Rebirth).

"Cho đến ngày qua (ngày thứ mười bốn) hương linh đã không thể nhận thức những gì trong giai đoạn Chonyid Bardo nên phải lang thang đi xuống xa đến bây giờ." (Sđd., p. 157).

Do nghiệp lực nặng nề, thần thức đi sâu vào thời kỳ trung ấm và đây là giai đoạn phải trải qua nhiều cảnh tượng không an lạc.

Thân trung ấm, dưới ảnh hưởng của nghiệp thức, sẽ thấy những cảnh giới tương ứng của sáu cõi luân hồi (Trời, Người, A-Tu-La, Địa Ngục, Ngạ Quỉ, và Súc Sanh), sẽ đối diện với sự phán xét, và tìm đường thích hợp để tái sinh.

Tái sinh có nghĩa là tiếp tục con đường luân hồi, kéo dài kiếp sống đau khổ. Vì vậy, *Bardo Thodol* đã đưa ra những chỉ dẫn rất thiết thực nhằm giúp người chết chọn con đường tái sinh tối ưu trong hai cảnh giới cao là cõi Trời và cõi Người.

4. Đặc Tính Của Thân Trung Ấm

Qua kinh nghiệm cận tử (NDE) đã thu thập, các nhà nghiên cứu ghi nhận rằng hiện tượng thoát xác coi như là hiển nhiên. Người chết thấy rõ mình có hai thân: một cái xác nằm đó bất động như một "cái bao rỗng" và một "cái tôi" khác, không thấy rõ hình tướng ra sao nhưng vẫn có đủ thấy nghe hay biết rất nhạy bén, đồng thời có thể di chuyển mau lẹ như ý, không bị vật chất ngăn trở, *Bardo Thodol* gọi "cái tôi" này là thân trung ấm (Bardo body).

"Quả tình, khi hương linh đi qua ánh sáng của Chư Vị Thiện Thần và Hung Thần trong giai đoạn Chonyid Bardo, hương linh đã không thể nhận ra chư vị, hương linh đã sợ hãi lịm đi trong khoảng ba ngày rưỡi qua, nay vừa tỉnh lại thì thần thức của hương linh cũng đã khởi lên trong điều kiện nguyên sơ của nó, hiện ra (dưới hình thức) một "Quang Thân" (Radiant Body), như Bí pháp đã dạy."

- ❖ Có một thân có vẻ giống như thân máu thịt trước kia hiện ra.

- ❖ Có đủ mọi cảm quan và năng lực hoạt động vô ngại.

- ❖ Có năng lực kỳ diệu của nghiệp.

- ❖ Có thể thấy được đối với nhãn quan thanh tịnh của chúng sanh đồng tánh.

"... "Quang Thân" đó—chiếu theo thân trước mà sinh ra (nghĩa là người ta sẽ có một thân trông giống như thân máu thịt, thân người trước kia, với các xu hướng riêng của nó)—sẽ có một số tướng tốt và vẻ đẹp hoàn hảo giống như thân của chư thiên sở hữu."

"Thân" này được sinh ra từ ước vọng, là tưởng tượng ảo giác trong trạng thái trung ấm, và vì thế, nó còn được gọi là "Thân-Tư-Dục" (Desire Body).

"Vào lúc đó nếu hương linh được sanh làm Tiên (Deva) thì cõi Trời (Deva World) sẽ hiện ra; tương tự như thế—sẽ hiện ra bất kỳ cảnh giới nào mà hương linh sẽ thọ sanh—nếu sanh làm thần A-Tu-La (Asura), làm người, làm súc sanh, ngạ quỷ, hay vào địa ngục, thì cảnh giới ấy sẽ hiện ra cho hương linh thấy."

"... Hỡi hương linh, hãy lắng nghe nữa đây. (Khi nói) "Có đủ mọi cảm quan và năng lực hoạt động vô ngại" là hàm ý rằng mặc dầu hương linh lúc sống bị đui điếc què quặt, nhưng sau khi chết thì mắt hương linh sẽ thấy được mọi hình tướng, tai hương linh sẽ nghe được âm thanh, và những giác quan khác của hương linh sẽ không còn bị khiếm khuyết nữa, rất bén nhạy và hoàn hảo. Vì vậy, nên mới nói là "có đủ mọi cảm quan". Tình trạng đó chỉ ra rằng hương linh đã chết và đang lang thang trong cảnh trung ấm..."

"Hỡi hương linh, hãy lắng nghe nữa đây. (Khi nói) "Năng lực hoạt động vô ngại" là hàm ý rằng thân hiện nay là "Thân-Tư-Dục"—(vì) thần thức của hương linh đã tách rời khỏi nơi nương tựa (thể xác)—nó không còn là thân vật chất thô nặng nữa, vì vậy hương linh có năng lực đi xuyên qua cả núi đá, đồi cây, đá tảng, đất đai, nhà cửa, và núi Tu-Di (Mountain Meru) cũng không là vật chướng ngại. Ngoại trừ Bồ-Đề Đạo Tràng[10] và tử cung của mẹ, ngay cả đến núi chúa Tu-Di, hương linh cũng có thể đi xuyên qua, tới lui không trở ngại. Cũng vậy, điều đó chỉ ra rằng hương linh đang lang thang trong "Trạng Thái Trung Ấm Tìm Đường Tái Sinh" (Sidpa Bardo)..."

[10] Budh Gaya: nơi Đức Phật đắc đạo.

"Hỡi hương linh, hương linh hiện nay đang có một năng lực kỳ diệu, tuy nhiên, nó không phải là thành quả của đại định (Samadhi) mà là năng lực tự nhiên; và vì vậy, nó thuộc về tính chất của nghiệp lực (Karmic Power). Hương linh nay có thể trong giây lát du hành qua bốn châu lục[11] bao quanh núi Tu-Di. Hoặc trong phút chốc, hương linh có thể đi đến bất kỳ nơi đâu hương linh muốn; hương linh có năng lực đi đến nơi đó trong thời gian bằng (thời gian) một người co tay lại hoặc duỗi tay ra..."

[11] Theo Vũ Trụ Quan của Phật Giáo, đó là bốn cõi bao quanh núi Tu-Di: Đông Thắng Thần Châu, Tây Ngưu Hóa Châu, Nam Thiệm Bộ Châu, và Bắc Cu Lô Châu.

"Hỡi hương linh, hãy lắng nghe nữa đây. (Khi nói) "Có thể thấy được với nhãn quan thanh tịnh của chúng sanh đồng tánh" là hàm ý rằng những chúng sanh đồng tánh, vì có cấu tạo tương đồng (hoặc cùng trình độ thấy biết) trong cõi trung ấm, sẽ thấy được nhau. Thí dụ, những chúng sanh được thọ sinh trong cõi Trời sẽ trông thấy nhau..."

"Hỡi hương linh, hãy lắng nghe nữa đây. (Khi nói) "Có thể thấy được đối với "Nhãn Quang Thanh Tịnh" là cũng hàm ý rằng đối với những ai đã hành thiền định, có "Nhãn Quang Thanh Tịnh", cũng có thể thấy được chư thiên, vốn là những vị được hóa sinh do đạo hạnh và công đức..."

"Hỡi hương linh, người có thân đó (thân trung ấm) sẽ trông thấy những nơi chốn quen thuộc (cảnh thực trên mặt đất) và thân quyến, như khi người ta nhìn thấy người khác trong mộng."

"Hương linh thấy thân quyến và người quen, nói với họ, nhưng không nhận được câu trả lời. Nhìn thấy họ và gia đình khóc lóc, hương linh nghĩ "Ta đã chết rồi!" "Ta sẽ làm gì đây?" Và cảm thấy rất đau khổ, như con cá bị bắt ra khỏi nước rồi ném lên than đỏ. Nỗi đau khổ đó, hiện hương linh đang kinh qua. Nhưng đau khổ như thế, nào có ích gì lúc này. Nếu hương linh có một bậc đạo sư thiêng liêng thì hãy cầu nguyện với ngài. Hãy cầu nguyện vị hộ mạng, Đấng Từ Bi. Nếu hương linh quyến luyến thân quyến bằng hữu, thì đó là điều không tốt. Thế nên, đừng quyến luyến. Hãy cầu nguyện Đấng Đại Từ Đại Bi."

"Hỡi hương linh, khi hương linh bị gió nghiệp (Wind of Karma) đẩy đi đây đó, không chỗ ngừng nghỉ, thần trí hương linh sẽ cảm thấy như chiếc lông bị gió cuốn đi... Hương linh sẽ lang thang không ngừng, ngoài ý muốn. Đối với những người đang than khóc, hương linh sẽ nói "Tôi đây mà, đừng có khóc". Nhưng họ chẳng nghe được, và hương linh lại nghĩ "Ta đã chết"..."

"Sẽ có một thứ ánh sáng màu xám mờ như lúc hoàng hôn (bao phủ), cả ngày lẫn đêm, lúc nào cũng vậy. Hương linh sẽ ở trong tình trạng trung ấm như thế trong một, hai, ba, bốn, năm, sáu, hoặc bảy tuần lễ, cho đến ngày thứ bốn mươi chín. Thường thường, những khổ sở trong "Tình Trạng Trung Ấm Tìm Đường Tái Sinh" (Sidpa Bardo) trải qua chừng hai mươi hai ngày; tuy nhiên, do nghiệp lực quyết định nên chẳng chắc chắn một hạn kỳ nào." (Sđd., p. 156-161).

Người có thiện căn sẽ cảm nhận được một sự an lạc hạnh phúc. Người không thiện không ác sẽ cảm thấy bình thường, không sướng không khổ. Riêng hạng người bị vướng vào ác nghiệp nặng nề, sẽ gặp nhiều cảnh hung dữ và đầy khủng bố đe dọa, chẳng hạn như quỷ sứ hiện ra rượt đuổi, dọa giết, bị Diêm Vương phán xét, và bị hành hạ đau đớn, khổ sở v.v. dù là gặp cảnh thần tiên an lạc hay cảnh khủng bố đày đọa, *Bardo Thodol* luôn nhấn mạnh rằng đấy chỉ là những ảo ảnh, do nghiệp thức biến hiện, đừng tham đắm và đừng sợ hãi.

"...Đừng để bị đe dọa, đừng khủng khiếp; đừng nói láo, và đừng sợ Diêm Vương."

"Thân của hương linh là "Thân Thần Thức", không thể nào chết được, dầu cho có bị chặt đầu hay phân thây chăng nữa. Trong thực chất, thân hương linh đồng với tánh "Không" (Voidness); hương linh không cần phải sợ hãi. Diêm Vương là ảo giác của chính hương linh. "Tư Dục Thân" là thân của những khuynh hướng (tạo thành), là "Không". Cái "Không" không thể làm hại cái "Không" được. Cái "Không" không có tự tánh (the qualityless) không làm thương tổn cái "Không" có tự tánh."

"Ngoài ảo giác của con người, trong thực tế không có vật gì đại loại như Diêm Vương, hay Thượng Đế, hoặc Ngưu Đầu Mã Diện hiện hữu. Hãy hành động thế nào để nhận ra điều đó." (Sđd., p. 166-167).

Do thiếu thiện căn, bị nghiệp lực chi phối mạnh mẽ, thân trung ấm đã bỏ qua những cơ hội siêu thoát trong hai giai đoạn Chikkai Bardo và Chonyid Bardo, và đi vào giai đoạn ba—Sidpa Bardo, chuẩn bị tái sinh tiếp tục chuỗi luân hồi vô tận. *Bardo Thodol* đã mô tả chi tiết những cảnh tượng sẽ được thấy trong giai đoạn này nhằm giúp cho người chết hiểu được thực chất và hậu quả, từ đó có sự chọn lựa lợi lạc nhất khi phải tái sinh.

Có lẽ chưa có một tài liệu đạo học nào lại mang tính thực tế cao như thế.

"Hỡi hương linh, giờ đây, những dấu hiệu và đặc điểm của cảnh giới mà hương linh sinh về sẽ xuất hiện. Hãy nhận biết những cảnh giới đó. Trong khi quan sát chốn tái sinh, hãy chọn lựa cảnh giới (thích hợp)."

"Nếu phải sinh về Đông Thắng Thần Châu (The Eastern Continent of Lupah), sẽ thấy một hồ nước với những con thiên nga trống mái bơi lội. Đừng đi vào đó. Mặc dầu châu này có đời sông sung sướng và dễ dàng nhưng không có tôn giáo. Vì vậy hương linh đừng vào."

"Nếu phải sinh vào Nam Thiện Bộ Châu (The Southern Continent of Jambu), sẽ thấy lâu đài to lớn đẹp đẽ. Hãy vào đó nếu hương linh muốn."

"Nếu phải sinh về Tây Ngưu Hóa Châu (the Western Continent of Balang Chod), sẽ thấy có hồ nước những ngựa đực ngựa cái đang gặm cỏ trên bờ. Hãy trở lui; đừng đi vào đó. Mặc dầu châu này có đời sống giàu có và sung túc, nhưng lại là nơi không có tôn giáo, nên đừng vào."

"Nếu phải sinh về Bắc Cu Lô Châu (the Northern Continent of Daminyan), sẽ thấy hồ nước với trâu bò đang gặm cỏ trên bờ hoặc có cây cối bao quanh. Mặc dù nơi đây có cuộc sống trường thọ và có nhiều công đức, nhưng châu này cũng vậy, không có tôn giáo. Vì vậy đừng vào..."

"Nếu một người được sinh làm Tiên (Trời, Deva), sẽ thấy những cung điện nguy nga xây bằng các thứ báu. Người đó có thể vào đó; thế nên hương linh cứ vào đi."

"Nếu phải sinh làm thần A-Tu-La, thì sẽ thấy khu rừng xinh đẹp hoặc những vòng lửa xoay ngược chiều nhau. Hãy đổi ý, bằng cách cũng đừng vào đó."

"Nếu phải sinh làm súc sanh, sẽ thấy những hang đá và những hố sâu trên mặt đất và cảnh sương mù. Đừng có đi vào."

"Nếu phải sinh làm ngạ quỷ, sẽ thấy đồng không mông quạnh, những hố nông, những khoảng thưa trong rừng rậm, hoặc cảnh rừng hoang vắng. Nếu đi vào đó, sẽ sinh làm loài quỷ đói, chịu nhiều thống khổ vì đói khát. Hãy đổi ý; bằng mọi cách đừng đi vào đó."

"Nếu phải sinh trong địa ngục, do nghiệp ác mà nghe những lời hát như than vãn. Người ta sẽ bị bắt buộc đi vào đó một cách không cưỡng lại được. Sẽ thấy đất đai tối mờ, có những ngôi nhà đen, trắng, những hố đen trên mặt đất, những con đường tối thui khiến người ta cứ theo đó mà đi. Nếu đi vào đó là đi vào địa ngục; sẽ đau khổ vì cảnh nóng lạnh gay gắt không chịu nổi, và còn lâu mới ra khỏi. Đừng đi vào nơi đó." (Sđd., p. 184-185).

Như đã nói ở trước, *Bardo Thodol* còn có một tên gọi khác nữa là "Kiến Văn Giải Thoát Đại Pháp". Vì sao gọi là "Con Đường Giải Thoát Bằng Sự Nghe và Thấy"? *Bardo Thodol* là một pháp bản, được viết ra trước hết để cho các vị Lạt-Ma dùng đọc cho hương linh nghe trong thời gian bốn mươi chín ngày, để họ theo đó mà lựa chọn con đường tốt đẹp nhất trong kiếp lai sinh.

Thân trung ấm, với những đặc điểm như đã dẫn, linh mẫn và thông tuệ hơn thân máu thịt khi còn sống, do đó, trong trạng thái trung ấm, đang khi vừa "thấy" những cảnh trạng diễn ra, lại vừa được nghe giảng giải ý nghĩa của những cảnh trạng đó cùng với những lời khuyên thiết thực về những gì nên làm và những gì nên tránh, chắc chắn hương linh sẽ lãnh hội nhanh chóng và hiệu quả hơn là khi còn sống với xác phàm.

Ngày nay phương pháp giáo dục mới nhất, hiệu quả nhất mà người ta đang áp dụng khắp thế giới là phương pháp "Thính Thị" (Audio-Visual Method), trong đó, học sinh tiếp thu bài học một cách nhanh chóng bằng những phương tiện hiện đại như "nghe" và "nhìn" (phim, ảnh, và video giáo dục...).

Tám thế kỷ trước, *Bardo Thodol* đã xử dụng phương pháp đó trong mục đích lợi lạc cho người chết.

5. Ánh Sáng Trong Cõi Trung Ấm

Năm 1981, viện thống kê Gallup mở một cuộc thăm dò về các vấn đề thuộc lãnh vực tôn giáo tại Hoa Kỳ, đã cho biết có hai triệu người Mỹ đã trải qua kinh nghiệm cận tử (NDE), trong đó, có 1.2 triệu người lớn đã thấy được hiện tượng ánh sáng (như bác sĩ Ritchie đã mô tả ở trước).

Tiến sĩ Kenneth Ring, chủ tịch Hội Nghiên Cứu Kinh Nghiệm Cận Tử Thế Giới, trong phần nghiên cứu riêng của bà, bà đã ghi nhận có đến mười sáu phần trăm (16 %) thấy được hiện tượng ánh sáng, và mười phần trăm (10 %) nói rằng đã đi vào ánh sáng đó.

Nói một cách khác, các nhà nghiên cứu về NDE đều đồng ý rằng hiện tượng ánh sáng thấy được trong cõi chết là một trong những hiện tượng căn bản và phổ quát, bên cạnh những dấu hiệu khác như nghe âm thanh khó chịu, hồn lìa khỏi xác, gặp đấng thiêng liêng, và thấy những cảnh tượng khác nhau v.v.

Dĩ nhiên, có những cố gắng giải thích các kinh nghiệm ấy theo quan điểm tâm lý, tâm thần, và y học v.v. Nhưng riêng về hiện tượng ánh sáng, họ vẫn không cắt nghĩa được. Điều này cũng không có gì lạ, vì không dễ gì họ đi vào cái uyển chuyển huyền bí của đạo học.

Liễu Sinh Thoát Tử, phóng tác từ *Bardo Thodol* và viết theo tinh thần Tịnh Độ, có cắt nghĩa rằng đó là hào quang năm sắc rực rỡ của Chư Phật trong năm phương phóng ra để tiếp độ hương linh và ánh sáng dịu dàng cùng màu của sáu cõi luân hồi soi đến dụ dẫn. Giải thích này tương đối rõ hơn, tiến bộ hơn các nhà nghiên cứu, nhưng muốn hiểu cặn kẽ phải đi vào *Bardo Thodol* và ý niệm về giáo lý Mật Tông.

Phật tử Bắc Tông quen thuộc với Pháp môn Tịnh Độ đều lấy việc chí tâm qui hướng và niệm danh hiệu Đức Phật A-Di-Đà làm căn bản tu tập, nhất là vào lúc lâm chung, để được Ngài phóng quang tiếp độ về cõi Tây Phương Cực Lạc, chấm dứt luân hồi.

Hành giả Mật Tông, nếu công phu tu học chưa đủ để thành tựu giác ngộ trong đời này, thì giáo pháp của môn phái cũng có khả năng diệu dụng giúp hành giả đạt được ý nguyện như bên Tịnh Độ.

Pháp giới trong Mật Tông bao gồm năm phương: Đông, Tây, Nam, Bắc, và Trung Ương, mỗi phương do một Vị Thiền Phật ngự trị, trong đó, Đức Phật Đại-Nhật (Maha Vairochana, Tỳ-Lô-Giá-Na Phật) cai quản cõi Trung Ương và Phật A-Di-Đà (Amitabha) cai quản cõi Tây phương.

Như Đức Phật Thích-Ca đã dạy, mỗi chúng sinh đều có Phật tánh, nên hết thảy chúng sanh đều sẽ thành Phật.

Nếu cứ để dòng đời diễn ra tự nhiên, hết kiếp này đến kiếp khác thì thời gian thành tựu đạo quả tối thượng ấy lâu xa biết chừng nào. Do đó, vì lòng bi mẫn đối với chúng sanh, Chư Phật đã bày nhiều phương tiện hợp với mọi căn cơ của người có tâm tìm đạo. Mật Tông giúp hành giả giác ngộ chân lý giải thoát bằng sự kết hợp nỗ lực của chính hành giả và sự bí mật giáo hóa của Ngũ-Trí-Như-Lai (Năm Vị Thiền Phật) thông qua phương thức Tam Mật Gia Trì.

Đó là "Thân Mật" (biểu hiện ở các ấn quyết nơi hai tay), "Ngữ Mật" (tụng đọc chơn ngôn, tức thần chú của Chư Phật và chư Đại Bồ Tát) và "Ý Mật" (sự quán tưởng). Nhờ đã được chơn sư truyền thọ bí pháp qua lễ "Quán Đảnh", hành giả trong khi hành trì tam "Mật" sẽ tiếp nhận được linh điển chuyển hóa từ Ngũ-Trí-Như-Lai; tự lực và tha lực tương ứng, sẽ giúp hành giả dần dần thanh tịnh hóa được thân tâm, nghiệp chướng tiêu trừ, trí tuệ bừng sáng, và đi đến chỗ giác ngộ hoàn hảo. *Bardo Thodol* đã được viết bằng tuệ giác của bậc khai sáng Mật Tông Tây Tạng—Ngài Liên Hoa Sanh—nên mọi giải thích được đặt trong tinh thần đó.

Như đã trích dẫn ở trước, trong cảnh trung ấm, không phải chỉ có một loại ánh sáng mà có nhiều loại khác nhau, xuất hiện theo từng giai đoạn.

Trong giai đoạn Chikhai Bardo, trước hết là "Nguyên Thủy Thanh Tịnh Quang" hiện ra, kế đó là "Thanh Tịnh Quang". Ánh sáng đó không từ đâu đến mà chính xuất phát từ Phật tánh của mỗi chúng sanh, từ cái trạng thái uyên nguyên toàn hảo mà ai cũng có, nhưng đã bị mây mù vô minh che lấp.

"Giờ đây, hương linh đang thấy được cái quang minh rực rỡ của ánh sáng "Chơn Như Thanh Tịnh". Hãy nhận biết ánh sáng ấy. Hỡi hương linh, trí tuệ hiện nay của hương linh—trong trạng thái chơn không, không mang một tướng trạng hay màu sắc nào, tự tánh rỗng rang—là Chơn Như, là Phật tánh..."

"Trí tuệ của hương linh giờ đây rỗng rang, không phải là cái trống rỗng của hư không, mà là cái trí thông suốt, không bị ngăn ngại, sáng chói, nhạy cảm, và an lạc, đấy là chơn trí, Phật trí..."

"Cái chơn trí đó, sáng chói, rỗng rang, và không ly với "Đại Thể Quang Minh", bất sanh bất diệt, là Vô Lượng Quang của A Di-Đà Phật." (Sđd., p. 96-97)."

Nếu thần thức vẫn chưa nhận được ra ánh sáng vi diệu này, sẽ đi vào giai đoạn hai Chonyid Bardo.

Trong năm ngày đầu tiên, Ngũ-Trí-Như-Lai sẽ thị hiện phóng quang để tiếp độ.

(a) Ngày thứ nhất, từ cõi Trung Ương, Đức Phật Đại Nhật (Maha Vairochana), đấng tượng trưng cho Thức Đại và Pháp Giới Thể Thánh Trí, sẽ thị hiện trong đạo phục màu trắng, cùng quyến thuộc của Ngài, phóng hào quang chói lọi rực rỡ màu xanh để tiếp độ. Cùng lúc đó Chư Thiên (cõi Trời) cũng phát ra ánh sáng màu xanh êm dịu để dụ dẫn...

(b) Ngày thứ hai, từ phương Đông, Đức Phật Bất Động (Akshobhya), đấng tượng trưng cho Thủy Đại và Đại Viên Cảnh Trí, sẽ thị hiện trong đạo phục màu xanh cùng với quyến thuộc, phóng hào quang sắc trắng trong sáng chói lọi để tiếp độ. Cùng lúc đó, bên ngoài vùng hào quang rực rỡ này là ánh sáng xám mờ như màu khói từ địa ngục phát ra.

(c) Qua ngày thứ ba, từ phương Nam, Đức Phật Bảo Sanh (Ratna Sambhava), đấng tượng trưng cho Địa Đại và Bình Đẳng Tánh Trí, sẽ thị hiện trong đạo phục màu vàng cùng với quyến thuộc, phóng hào quang sắc vàng chói lọi để tiếp độ hương linh. Ánh sáng màu vàng mờ từ cõi Người cũng hiện ra trong lúc này.

(d) Ngày thứ tư, từ phương Tây, Đức Phật A-Di-Đà (Amitabha), đấng tượng trưng cho Hỏa Đại và Diệu Quán Sát Trí, sẽ thị hiện trong đạo phục màu đỏ cùng với quyến thuộc, phóng hào quang màu đỏ chói lọi như ánh sáng mặt trời lặn để tiếp độ. Từ cõi ngạ quỷ, ánh sáng màu đỏ mờ cũng phát đến.

(e) Vào ngày thứ năm, từ phương Bắc, Đức Phật Bất Không Thành Tựu (Amogha-Siddhi), đấng tượng trưng cho Thành Sở Tác Trí và Phong Đại, sẽ thị hiện trong đạo phục màu xanh lục cùng với quyến thuộc, phóng hào quang màu lục trong sáng rực rỡ để tiếp độ hương linh. Cùng lúc đó, từ cõi A-Tu-La ánh sáng màu lục mờ cũng soi đến.

Ánh sáng giải thoát của chư Phật và ánh sáng của các cõi luân hồi cùng màu, nhưng hào quang của chư Phật luôn luôn trong suốt, chói lọi, và rực rỡ; còn ánh sáng của các cõi kia thì mờ nhạt êm dịu.

Vì vậy, chỉ có người thiện căn, tâm trí sáng suốt, không sợ hãi, mới mạnh dạn đi vào hào quang chư Phật mà được giải thoát. Còn người nghiệp lực sâu nặng, tâm trí mê mờ khiếp nhược, sẽ tránh né hào quang chói lọi, tìm đến với ánh êm dịu, thế là tự động dấn thân đi vào cảnh giới luân hồi.

Bardo Thodol, từ giai đoạn hai trở đi, luôn luôn cảnh giác hương linh về điều này. Còn *Liễu Sinh Thoát Tử,* khi phóng tác đã viết rất chí tình:

"... Những ánh sáng của lục đạo dịu dàng dễ chịu nên làm cho kẻ chết có những cảm giác vừa ý, nhưng những ánh sáng ấy là ánh sáng của lục đạo, không nên tham đắm, cần phải tránh xa... Phải bỏ cái dễ mà đi đến cái khó, không nên khiếp nhược, mà phải đi đến chỗ hào quang mãnh liệt, vì hào quang mãnh liệt ấy là hào quang của Chư Phật, là hào quang của ân huệ, là hào quang của giải thoát, và là hào quang của vượt phàm thành Thánh."

(f) Sau năm ngày lần lượt phóng quang tiếp độ mà hương linh cũng chưa nhận ra, đến ngày thứ sáu, cả Ngũ-Trí-Như-Lai cùng hợp phóng hào quang tạo thành ánh sáng rực rỡ năm sắc cầu vồng, như một ân huệ cứu vớt lần cuối.

(g) Ngày thứ bảy là ngày tiếp độ của Chư Thiện Thần, đồng thời xuất hiện ánh sáng dụ dẫn màu xanh mờ của cõi súc sanh.

(h) Ngày thứ tám đến ngày thứ mười bốn là thời gian thị hiện của các Hung Thần, cũng trong mục đích cứu độ. Điều này mới nghe qua tưởng như buồn cười vô lý, đặt trên căn bản "Vạn pháp do tâm" thì không có gì khó hiểu cả. Tất cả đều xuất phát từ những biến chuyển của tâm thức người chết.

Ban đầu là những hình ảnh tốt đẹp của một tâm thức nguyên sơ trong sáng, rồi càng về sau là những hình ảnh xấu ác thô trược phát xuất từ sự thoái hóa của tâm thức trong tiến trình ô nhiễm.

Tỉ như trong cùng một ly nước, ban đầu để yên thì thấy trong vắt, tinh khiết, nhưng sau đó, vì bị quấy đảo, bao nhiêu dơ bẩn từ đáy ly cuồn cuộn nổi lên, biến ly nước trong ngon lành thành ly nước đục dơ bẩn. Chung quy cũng chỉ là ly nước.

Nhận ra "Bản Lai Diện Mục" (Phật Tánh) của mình sớm, với những nét tốt đẹp, ấy là giải thoát; còn tự đông hòa mình với chủng loại thấp kém hơn, ấy là luân hồi.

Đầu thai trong cảnh giới nào và siêu thoát hay không, tất cả chỉ là ở sự cộng hưởng tần số, là "Đồng thanh tương ứng; đồng khí tương cầu" và "Ngưu tầm ngưu; mã tầm mã".

Xuyên qua tài liệu đã được công bố của những nhà nghiên cứu kinh nghiệm cận tử (Moody, Sabom, và Ring..., những màu sắc ánh sáng như vừa nói ở trên đã được người này hay người khác xác nhận là đã thấy trong khi đi vào cõi chết. Không phải ai cũng thấy đủ hết mọi màu sắc, mà chỉ một trong năm màu mà thôi, thường là màu trắng. Điều này cũng dễ hiểu, vì hiện tượng này diễn ra tùy theo căn cơ và nghiệp thức.

IV. MỘT VÀI Ý THÔ THIỂN

Osis và Haraldsson[12] cùng Kenneth Ring trong khi phân tích và tổng kết công trình nghiên cứu về NDE đã cùng đi đến kết luận rằng niềm tin tôn giáo chỉ ảnh hưởng đến cách giải thích những hiện tượng thấy trong NDE chứ không ảnh hưởng gì đến nội dung của NDE.[13] Nói như thế có nghĩa là mỗi người sẽ hiểu những hiện tượng thấy được trong cõi chết theo tín ngưỡng của mình, còn những gì diễn ra trong đó là chung cho tất cả, không phân biệt tôn giáo.

[12]Hai người này đã hợp tác nghiên cứu NDE rất sớm, nhưng công trình lại công bố muộn. Để có thể kiểm nghiệm ảnh hưởng của các yếu tố như chủng tộc, tôn giáo, và văn hóa... đối với những thấy biết trong cái chết, cả hai đã nghiên cứu NDE trong bảy tiểu bang miền Đông Bắc Hoa Kỳ từ 1961-1964 và tại Bắc Ấn Độ trong hai năm 1972-1973.

[13]Craig R. Lundahl, *A Collection of Near-Death-Research Readings*, Chicago: Nelson Hall. **1982**, p. 208.

Khi nghiên cứu về luân hồi tại Thái Lan và Miến Điện, bác sĩ Stevenson ghi nhận một đặc điểm: ấy là có đến năm mươi lăm phần trăm (55 %) trẻ em sinh ra mà nhớ lại tiền kiếp kể rằng vào giai đoạn chuẩn bị đi đầu thai, các em đã được gặp một vị mặc trang phục màu trắng (a man in white) đến giúp đỡ một cách thân ái. Sylvia Cranston, nhà biên khảo về luân hồi, đã nêu thắc mắc: đối với những xứ lấy Phật Giáo làm quốc giáo thì hình ảnh các vị tu sĩ với áo cà sa màu vàng là ấn tượng quen thuộc, sao không thấy, mà lại thấy "người mặc đồ trắng?" Trong kiến giải của Mật Tông, đó là ảnh diện của Đức Phật Đại Nhật, nhưng trong cái nhìn của người Tây phương, đó là hình ảnh của Chúa. Tưởng không có gì mâu thuẫn, vì tất cả đều do tâm tạo.

Bà Alexandra David Neel, sau mười bốn năm tu học ở Tây Tạng, khi trở về Pháp cho xuất bản cuốn hồi ký *Mystiques et Magiciens du Tibet*[14] vào năm 1929, một cuốn hồi ký rất hấp dẫn về xứ Phật huyền bí, trong đó có đoạn đề cập đến nội dung *Bardo Thodol* rất có ý nghĩa:

[14]Nguyên Phong phóng tác. *Huyền Thuật Và Đạo Sĩ Tây Tạng*. Canada: Làng Văn, **1992**.

"Lần đó tôi đặt câu hỏi với Lạt-Ma Bermiag về tâm thức của những người không cùng tôn giáo, như người Âu chẳng hạn. Họ sẽ nhìn thấy gì khi bước vào bên kia thế giới? Lạt-Ma Bermiag cho biết:

"Vì tất cả đều do tâm tạo, có lẽ họ sẽ nhìn thấy những cảnh giới tương đương với sự tin tưởng của họ. Nếu từ nhỏ họ đã được giáo dục về quan niệm thiên đường hay địa ngục thì họ sẽ thấy những cảnh tượng đó."

Điều quan trọng không phải là những cảnh giới mà họ nhìn thấy, mà là cái tâm trạng của họ lúc qua đời (người biên tập nhấn mạnh).

Nếu hoảng hốt lo sợ thì họ sẽ trải qua một thời gian rất lâu trong những cõi giới tương ứng với tâm trạng đó.

Nếu tỉnh táo và sáng suốt, thì họ sẽ ý thức được nhiều điều lợi ích, vì những áp lực về thể xác, những phiền muộn tạo ra bởi cuộc sống đã chấm dứt, họ sẽ bình tĩnh hơn.

Họ sẽ hồi tưởng lại những điều đã xảy ra trong kiếp sống, rồi tự phân tích tìm hiểu và ý thức rõ tại sao họ đã hành động như vậy.

Từ sự ý thức này, họ sẽ có những quyết định và chính cái quyết định này là động năng hướng dẫn họ bước vào kiếp sống khác với mục đích rõ rệt hơn." (Sđd., p. 43.)

Lời giải thích của Lạt-Ma Bermiag cũng có thể xem là lời tóm tắt trong những cương yếu của *Bardo Thodol,* và một lần nữa lại chứng tỏ đạo học đã đi trước khoa học.

Cho đến nay, khoa học chưa có phương tiện nào khác để đi vào cõi chết, ngoại trừ thu thập kinh nghiệm đó từ những người đã đặt chân vào cõi chết nhưng bị trả về dương thế.

So sánh những thấy biết của họ và những gì đã được *Bardo Thodol* diễn giảng, có thể thấy được rằng nếu chỉ trông cậy vào nguồn tin tức này, thì cao tay lắm khoa học cũng chỉ tiếp cận đến giai đoạn hai—Chonyid Bardo—chứ không thể đi xa hơn.

Vì sao? Vì đi vào giai đoạn ba—Sidga Bardo—giai đoạn gay cấn có nhiều biểu hiện nhất do nghiệp thức hưng khởi—là chuẩn bị tái sinh, có nghĩa là chết hẳn, là ra đi vĩnh viễn, vậy lấy ai trở về để truyền kinh nghiệm? Đó là mặt hạn chế thứ nhất của khoa học trong việc nghiên cứu. Mặt hạn chế thứ hai là khoa học vốn sở trường dùng con dao duy lý mổ xẻ hiện tượng để mong tìm ra bản chất. Dưới cái nhìn của Phật Giáo, đó là con dao cùn lụt và rỉ sét, của cái tâm vọng tưởng phân biệt. Khó lòng giúp khoa học đạt được kết quả mong muốn. Và vì thế, đối với cái chết, khoa học chỉ mới sờ mó được hiện tượng, biết rằng chết là một cái gì khác chứ không phải đơn thuần nhắm mắt xuôi tay là hết.

Nói như thế không phải là không công nhận những giá trị của những công trình nghiên cứu về cái chết. Cái giá trị lớn lao có thể đem lại là một nhận thức mới mẻ, như bác sĩ Michael Sabom đã viết trong phần kết luận công trình nghiên cứu của ông:

"Tóm lại, sự dấn thân của tôi vào cái sống và cái chết của con người qua cuốn sách này đã làm cho tôi thấy rằng phải tỏ ra khiêm tốn trước những phương thức thể hiện của vũ trụ, như Einstein đã viết:

"Ai đã nghiêm túc dấn thân theo đuổi khoa học đều đi đến nhận thức rằng có một Trí Tuệ đang hiển thị trong những Định Luật Của Vũ Trụ—một Trí Tuệ cao cả mênh mông hơn của con người—mà một khi con người đối diện với Trí Tuệ đó, thì với khả năng khiêm tốn của chúng ta, phải biết tỏ ra khiêm cung hạ mình."

Câu nói này không hẳn đại diện cho hết thảy những người làm khoa học, nhưng đó là một sự tự thú chân thành. Karl Jung, nhà phân tâm học nổi tiếng thế giới, sau khi đọc *Bardo Thodol* đã phát biểu:

"Trong nhiều năm qua, ngay từ khi sách chưa được xuất bản, nó đã là người bạn chung thủy của tôi. Với nó, không những tôi mang ơn về nhiều tư tưởng đầy khích lệ và những khám phá mới mẻ, mà còn các quán chiếu cơ bản nữa... Tôi chắc rằng những ai đọc cuốn sách này với cái nhìn rộng rãi sẽ gặt hái được nhiều thành quả phong phú..."[15]

[15]Sylvia Cranston, sđd., p. 133.

V. VÀI KINH NGHIỆM TRONG CÕI CHẾT

Không phải tất cả mọi người khi chết đều trải qua đầy đủ các cảnh trạng như đoạn văn mô tả điển hình của bác sĩ Moody hoặc toàn bộ nội dung của *Bardo Thodol* đã đề cập. Đấy là những hiện tượng cơ bản, một người khi chết có thể kinh qua đầy đủ tất cả những cảnh trạng đó hoặc một số nào đó thôi. Theo *Bardo Thodol*, nghiệp thức của mỗi người là nguyên nhân của sự sai khác đó. Những trích dẫn sau đây chỉ là một trong muôn ngàn của những tài liệu được công bố. Nếu đọc những kinh nghiệm này trong cái nhìn quán chiếu của *Bardo Thodol* sẽ thấy vai trò quan trọng của nghiệp thức đối với sự thấy biết trong cõi trung ấm.

1. Kinh Nghiệm Về Cảm Giác An Lạc

"Cái điều mà tôi không bao giờ có thể quên được là cái cảm giác an lạc tuyệt trần hoặc một cái gì đó tương tự... Vâng, tôi còn nhớ như in, đó là một cảm giác tốt đẹp của an bình và hạnh phúc... Sự an lạc, giải thoát, và sự sợ hãi đi đâu mất. Không còn đau đớn nữa. Không còn gì cả. Đó là một sự tuyệt diệu..."

"...Dù có mất cả triệu năm để nói về cảm giác đó, tôi cũng không bao giờ có thể cắt nghĩa cho được. Đó là một cảm giác mà mọi người một ngày nào đó rồi cũng sẽ bắt gặp. Đối với tôi, an lạc là chữ đúng nhất mà tôi có thể dùng để diễn tả." (Phụ nữ, sáu mươi tuổi, bị bệnh tim.)

2. Kinh Nghiệm Xuất Hồn Ra Khỏi Xác

"Vào lúc đó, tôi thấy mình lơ lửng ở góc phòng của bệnh viện, đang nhìn xuống cái xác bầm đen của tôi. Ngó bộ như sự sống đã rời khỏi nó rồi. Còn mẹ tôi, ngồi nơi cái ghế cạnh giường tôi nằm, đang chí tâm cầu nguyện. Và cô tình nhân người Ý thì đang khóc lóc ở chân giường." (Thanh niên bị tai nạn xe hơi trầm trọng, nằm ở phòng cấp cứu.)

"Tôi không thể nào chịu nổi cơn đau nữa... và rồi tôi đổ gục xuống. Mọi vật tối sầm, tôi chẳng nhớ gì cả, ngoại trừ vào lúc bắt đầu cơn bất tỉnh, như có ai đó chợt kéo cái màn che kín ánh sáng, làm cho mọi vật tối thui. Một lát, hết đen, nhưng cũng không có ánh sáng. Nó như là một đám sương mù màu xám bao phủ, tôi thật không biết làm sao để diễn tả.

Tôi cảm thấy đang có những hoạt động đang diễn ra đâu đó chung quanh, tôi vẫn còn đứng trên nền nhà, vậy mà tôi lại không thấy tôi.

Tôi nghĩ sao có vẻ bất thường quá, tôi đứng ở một chỗ cao hơn thì tôi mới nhìn xuống được chứ, tôi chưa bao giờ để ý nền nhà lót gạch hoa đen hay trắng. Vậy mà nó là thứ tôi nhận ra trước tiên khi bắt đầu ý thức... Và tôi cảm thấy như mình hạ xuống thấp hơn một chút, kiểu như lượn vòng quanh. Hai hoặc ba người đỡ tôi dậy, đặt vào một cái khay, không phải cái khay đâu, mà là một cái xe đẩy bằng kim loại, có bốn chân. Họ buộc chân tôi lại và đẩy tôi ra ngoài... đưa vào phòng chính.

Tôi thấy ở đó có một cái bàn với một mớ dụng cụ máy móc trên đó. Về sau tôi mới biết đó là cái máy dùng để kích thích tim hoạt động... Xin nhớ rằng tôi không phải là một tay ghiền ma túy đâu nhé... Đây cũng không phải chuyện tưởng tượng.

Tôi cũng chưa bao giờ đọc loại sách về đề tài đó (kinh nghiệm NDE)...

Vâng, tôi có thể thấy toàn bộ các chi tiết..." (Đàn ông, năm mươi hai tuổi, làm nghề bảo vệ, bị bệnh tim.)

"Căn phòng (cấp cứu) dường như sáng đỏ rực lên. Tôi không biết ánh sáng đó từ đâu tới. Tôi đang nhìn xuống và thấy họ (bác sĩ và y tá) đang làm việc trên cái xác của tôi... Tôi đang ở trên cao, khỏi thân xác tôi và đang nhìn xuống. Họ đang làm việc để hồi tỉnh tôi. Tôi không nghĩ rằng mình đã chết. Đó là một cảm giác bất thường...

Tôi không cảm thấy đau đớn một chút nào, mà chỉ thấy rất là an bình và êm ả. Cái chết chẳng làm cho tôi sợ. Họ tiêm thuốc vào nơi háng. Bác sĩ B. đi lại, quyết định tiêm thêm một phát vào bên trái...

Rồi ông ta đổi ý, chỉ chỗ khác, gần trái tim... Tôi cảm thấy như là tôi vẫn còn sống. Như là tôi đang ở đây nói chuyện với bác sĩ vậy. Tôi có thể nghe họ, trông thấy họ đang làm việc trên thân thể tôi, nghe họ nói chuyện, ra mệnh lệnh, và chỉ thị. Có vẻ như tôi đang ở ngoài thân xác tôi và nhìn thấy mọi việc đang diễn ra." (Đàn ông, sáu mươi hai tuổi, thợ cơ khí về hưu, bị bệnh tim.)

"Rồi tôi thấy mình tách ra khỏi thể xác và đang ngồi trên cao nhìn lại cái xác mình nằm co quắp, mẹ tôi cùng chị giúp việc thì đang khóc ré lên vì tưởng tôi đã chết.

Tôi cảm thấy thương họ và buồn cho thân tôi... Buồn, buồn lắm. Nay tôi vẫn còn có thể cảm nhận nỗi buồn đó. Nhưng lúc đó, tôi lại cảm thấy mình đã được giải thoát, vậy có lý do gì mà đau khổ. Tôi không còn thấy đau đớn nữa, tôi hoàn toàn tự do." (Bà già người Pháp, bảy mươi ba tuổi hồi tưởng NDE lúc còn trẻ.)

3. Kinh Nghiệm Đường Hầm Và Ánh Sáng

"Chung quanh tôi toàn một màu tối đen. Tôi cần nói rõ rằng tôi cảm thấy như đang phóng đi nhanh, rất nhanh, qua thời gian và không gian. Tôi đang đi xuyên qua một đường hầm (tunel). Thật ra, nó chẳng giống đường hầm, tỷ như mình đang ở trong một đường hầm thì thấy chung quanh mình toàn một màu tối thui, thế thôi." (Phụ nữ hai mươi ba tuổi, bị shock hậu giải phẫu).

"Tôi có thể thấy cái xác tôi nằm đó... Tôi thấy toàn cảnh diễn ra... (rồi) tôi chầm chậm bay lên, như trôi đi trong một hành lang tối hoặc tối mờ mờ... Tôi nghĩ: "Cái gì đây? Việc gì đang xảy ra đây? Tôi tiếp tục bay lên, bay mãi lên... Tôi đi xa hơn, và tôi vào một thế giới khác..." (Đàn ông, bệnh tim.)

"Ở cuối đường hầm là ánh sáng rực rỡ. Nó có màu cam.

Ồ, bác sĩ đã thấy cảnh mặt trời lặn lúc hoàng hôn rồi chứ? Từ ánh sáng ấy nổi lên một màu cam chói lọi với viền vàng nhuốm ở chung quanh. Dường như đó là ánh sáng của cuối đường hầm. Tôi không đi hết tới cuối đường hầm." (Đàn ông, ba mươi lăm tuổi, bị bệnh tim.)

"Ánh sáng màu trắng hiện ra. Ánh sáng đó không làm cho tôi phải lóa mắt... Đó là thứ ánh sáng trắng nhất của màu trắng, tràn ngập chung quanh. Nó giống như khi bác sĩ nhìn vào toàn thể vũ trụ, và chẳng thấy gì cả, ngoại trừ cái ánh sáng trắng ấy. Đó là loại ánh sáng chói lọi rực rỡ nhất trần đời, nhưng không phải là thứ ánh sáng làm hại mắt người ta như ánh sáng bóng đèn điện chẳng hạn... Tôi tự nói với tôi, như tôi đang nói với bác sĩ đây, "Thế là mình đang chết. Mình chẳng muốn chết, mình chống lại nó. Nhưng nếu có chết, mình sẽ chấp nhận." Tôi có một cảm giác an lạc hết sức an lạc, thích thú... Tôi chẳng thấy ai cả, chỉ có mình tôi nói với tôi..." (Nam bệnh nhân chết lâm sàng lúc giải phẫu.)

"Tôi đi qua giai đoạn tối đen... Có ánh sáng, như có ai đó đang cầm đèn chiếu, và tôi tiến về phía đó. Và rồi mọi vật như sáng bừng lên, và điều tôi nhớ tiếp theo đó là tôi như đang trôi đi bồng bềnh... Tôi đi qua vùng ánh sáng đó, và ánh sáng càng ngày càng sáng hơn... Sáng thiệt là sáng, càng tiến gần càng sáng hơn, đến làm cho lóa mắt. Nhưng không, nó không làm cho mắt phải nhức nhối khó chịu." (Đàn ông, năm mươi sáu tuổi.)

"Điều tôi diễn tả về ánh sáng, vâng, nó không phải là ánh sáng mà là sự vắng mặt của bóng tối, hoàn toàn không có bóng tối... Vâng, bác sĩ nghĩ đến loại nguồn ánh sáng lớn khi chiếu lên mọi vật thì tạo thành cái bóng chứ gì? Với ánh sáng này, thực sự là không có bóng đen. Chúng ta không quen với ý niệm đó bởi vì chúng ta luôn luôn thấy khi ánh sáng chiếu vào các vật thì vật có bóng đen, ngoại trừ khi ánh sáng đó chiếu đều khắp quanh ta. Nhưng loại ánh sáng này hoàn toàn không có bóng, vì ta không nhìn vào nguồn sáng, mà ta ở trong ánh sáng. Bác sĩ hiểu tôi nói gì chứ?" (Thợ máy, năm mươi bốn tuổi.)

4. Kinh Nghiệm Về Khả Năng Tự Tại (Đi Lại Như Ý Muốn)

"Trong lúc người ta giải phẫu cho tôi, tôi chợt nhớ đến và liền trở lại ngay tức khắc nơi chiến trường mà tôi thua trận. Người ta đang thu dọn chiến trường. Tôi thấy những người chết hôm đó đang được gói lại trong ponchos, và người ta đang thu nhặt người bị thương. Tôi quen một người trong toán, và tôi nhớ như in là tôi đã cố gắng ngăn cản anh ta đừng có nhặt mấy cái xác kia. Nhưng tôi không làm được điều đó, và bỗng nhiên tôi lại thấy mình trở về trạm phẫu thuật. Nó y như là bạn vừa có mặt bằng xương bằng thịt ở đó rồi bỗng tức khắc bạn có mặt ở đây. Thật nhanh như nháy mắt." (Cựu chiến binh Mỹ, kinh nghiệm NDE trong một lần bị thương nặng ở mặt trận Củ Chi.)

"Tôi có thể nhìn nơi đâu tôi muốn. Tôi vẫn còn ở trong hành lang, vậy mà tôi có thể nhìn ra ngoài bãi đậu xe. Như tôi vừa nghĩ "O.K. Không biết có chuyện gì ở ngoài bãi đậu xe không?" thế là như một phần của đầu óc tôi bay ra ngoài đó xem xét mọi việc rồi trở lại nói cho tôi biết..." (Gác dan, bị bệnh tim.)

"Tôi có thể đi đâu, bất cứ lúc nào, tùy thích. Không phải là bằng cách máy móc như xe hơi hay vật gì khác. Nó chỉ là diễn tiến của tư tưởng thôi. Tôi thấy rằng hễ tôi nghĩ muốn đến bất cứ nơi nào là tức khắc có mặt ở đó ngay... Tôi cảm thấy khoái chí vì cảm giác có quyền lực. Tôi có thể làm điều tôi muốn... Thật vậy, nó thật còn hơn ở đây nữa." (Đàn ông, bị bệnh tim.)

5. Kinh Nghiệm Về Việc Gặp Đấng Thiêng Liêng Hoặc Thân Nhân (Đã Chết), Và Lý Do Trở Về

"Trong thời gian các bác sĩ coi như tôi đã chết, dường như tôi đang nói chuyện với một ai đó. Tôi không biết là ai, người đó lạ lắm. Tôi có hỏi nhưng không được trả lời.

Điều duy nhất tôi nhớ là giống như có một giọng nói rằng, "Này, thế là con đã chết. Cuối cùng thì con đã chết." Tôi nói: "Không sớm quá mà. Ông nói cái gì thế?" Ông ta lại nói: "Thế, con đã từ bỏ cuộc đời; con sẽ không còn đau khổ nữa." Tôi buồn như một đứa con nít, và điều ấy làm cho tôi đau khổ... Tôi nói: "Ông nói như thế nghĩa là gì? Tôi muốn trở về. Tôi không thể; tôi không thể chết được. Tôi đâu có chết. Tôi đang đi học mà, tôi đang có công việc. Người ta đang cần tôi. Tôi có nhiều việc phải làm. Cả một mớ công việc tôi phải làm mà chưa làm xong. Tôi muốn trở về, nếu có thể được." Giọng đó lại nói: "Cái đó tùy con mà. Nếu con quay về, con sẽ tiếp tục đau khổ vì con đang thực sự đau đớn. Con sẽ đau khổ. Con sẽ chịu đau đớn kéo dài về sau." Tôi nói: "Vâng, đối với tôi không thành vấn đề. Tôi chịu được mà. Chỉ cần tôi về là được." Lại nghe nói: "Thôi được, cho về." Và vào lúc đó tôi nghe có giọt nước rơi trên mình, và tiếng bác sĩ la lớn, "Anh ta sống lại rồi, anh ta sống lại rồi." (Thanh niên mười tám tuổi, bị tai nạn xe hơi trầm trọng, phải giải phẫu nhiều lần. Bệnh nhân xác nhận một năm sau tai nạn anh ta vẫn còn bị thương tích hành hạ đau đớn.)

Đáp câu hỏi của người phỏng vấn: "Tại sao bà cảm thấy là bà phải trở về? Tại sao bà chọn con đường trở về? Một phụ nữ bị chứng nghẽn tim, chết lâm sàng, trả lời:

"Tôi nghĩ là vì tôi có hai đứa con còn nhỏ dại. Tôi thấy là chúng cần tôi hơn là tôi đi đến đó. Tôi nghĩ đi vào cõi tử kia thì tôi được an lạc, vui vẻ, và không còn đau đớn nữa, nhưng điều đó có nghĩa là con tôi sẽ khổ. Tôi đã cân nhắc. Tôi không hối tiếc điều gì cả, tôi đã bình tĩnh suy nghĩ, và có một quyết định hợp lý, một quyết định đứng đắn, không có sự can thiệp của cảm tính." Hỏi: "Bà có biết là tôi muốn nói gì không?" Tôi đáp: "Tôi nói là tôi không quyết định bằng tình cảm. Tôi quyết định bằng lý trí..."

Trong cảnh mà tôi đã trải qua, tôi không thể thấy hình dáng tôi ra sao nhưng (tôi biết) tôi đang đứng ở một nơi cao nào đó, vì nhìn xuống dưới kia có một vùng chăn nuôi xanh tươi, đẹp tuyệt trần. Đó là một ngọn đồi nhỏ và một bãi cỏ bằng phẳng ở phía tay phải... Tôi nhìn xuống thấy bò, cừu, và người chăn cừu. Tất cả đang ở trong đồng cỏ, bò ở bên phải, và cừu ở bên trái, còn người chăn cừu đứng trên một mô đất tròn, cao chừng hai chục hoặc ba chục bộ (feet). Dường như đó là vào một ngày trời nắng trong sáng. Toàn cảnh giống như trải một màu tươi xanh trên một sân chơi golf được chăm sóc kỹ. Người chăn cừu quay lưng về phía tôi, như hình ảnh bác sĩ thường thấy trong *Thánh Kinh*. Ông ta mặc một chiếc áo dài, khăn vải trùm đầu, có băng vải buộc quanh, trong tay có cầm một cái gì đó... Tôi không biết ông ta là ai... Nhưng tôi thấy rõ ràng, như thấy bây giờ. Hình ảnh này đã khắc ghi vào óc tôi, không bao giờ quên được." (Thợ dệt, năm mươi lăm tuổi, bị bệnh tim.)

"Tôi bị một hàng rào chận lại... Một bên của hàng rào là vùng đất cực kỳ khô cằn với những bụi rậm, là vùng đất hoang vu chẳng ai muốn đến. Phía bên kia hàng rào là một khung cảnh chăn nuôi tuyệt đẹp mà trong đời tôi chưa bao giờ thấy hoặc tưởng tượng ra, cách quãng lại có cây cối xinh đẹp, bãi cỏ xinh tươi, và những con ngựa... Cái hàng rào ấy à, là ba hay bốn lớp dây kẽm gai... Cái hàng rào là đường ranh phân chia rõ ràng, bãi cỏ xanh tươi kia chạy đến chân hàng rào thì dừng lại... Bên này hàng rào là thế giới này đây. Là cái chỗ khổ cần mà tôi đang sống... Còn bên kia là nơi đẹp đẽ tôi sẽ đi đến." (Đàn ông, sáu mươi ba tuổi, sống lâu năm ở Texas, bị bệnh tim.)

"Nó giống như cảnh mặt trời lặn với ánh sáng đỏ rực. Không phải là bầu trời xanh hay như màu nước xanh lục đâu. Mọi vật đều rất đẹp. Cây cối cũng có đó nhưng tất cả như tỏa bóng vàng kim. Hoàn toàn không có màu lục hay màu xanh." (Nội trợ, ở Florida, bịnh tim.)

"Tôi đi đến một nơi có mặt các thân nhân, ông nội, bà nội, bố tôi, và một ông chú vừa mới tự tử. Họ tiến đến phía tôi để gặp tôi... Ông bà nội mặc toàn đồ trắng, có khăn trùm đầu. Họ trông có vẻ tươi tỉnh hơn là lần cuối cùng tôi gặp, ngó bộ vui vẻ lắm... Tôi cầm lấy tay bà nội... và bỗng nhiên mọi người quay lưng bỏ đi. Bà nội tôi còn ngó ngoái lại và nói: "Chúng ta sẽ gặp con sau, giờ chưa phải lúc." (Đàn ông bốn mươi ba tuổi, bị bịnh tim.)

"Rõ ràng y như rằng Chúa đi đến, đứng đó, và đưa tay ra cho tôi. Vâng, Ngài đứng đó, nhìn xuống tôi, và mọi vật sáng rực lên... Ngài cao lớn, hai tay đưa ra, toàn thân trắng toát một màu, như Ngài mặc một chiếc áo dài màu trắng vậy... Gương mặt Ngài đẹp hơn bất cứ khuôn mặt nào mà người ta từng thấy. Gương mặt ấy thật là đẹp đẽ, quả thật là xinh đẹp. Nước da Ngài hầu như là sáng ngời lên, không một chút tỳ vết, tuyệt đối không một chút tỳ vết... Ngài nhìn xuống tôi, mỉm cười thân ái..." (Phụ nữ năm mươi lăm tuổi, Tin Lành.)

6. Một Mẫu Kinh Nghiệm Tổng Hợp

"Khi người ta đưa (xác) tôi vào phòng cấp cứu thì ngó như là tôi ở đó nhưng tôi đâu có ở đó... Người ta đưa (xác) tôi lên bàn. Tôi thấy tôi như một người tham dự trong phòng cấp cứu, nhưng đứng ở đàng sau, cách xa cái bàn hơn những người khác. Tôi có thể nhìn xuống, và thấy hết mọi việc. Cái bàn nằm kia, như ở cuối phòng, các bác sĩ ở bên phía tay phải của tôi, còn một lô y tá thì ở bên trái. Cả một vị linh mục cũng có mặt. Họ chích thuốc nhưng chẳng làm cho tôi đau đớn, vì tôi đã hoàn toàn thoát ra ngoài thân xác. Tôi tự nhủ: "Đó không phải là mình đâu." Nhưng tôi biết cái xác nằm đó chính là tôi và chắc có chuyện gì không ổn đây. Tôi thấy mọi việc có vẻ lạ lùng quá; tôi chưa bao giờ trải qua một tình huống nào như vậy. Nói cho cùng, tôi không thấy sợ hãi. Người tôi đen thui như nhựa đường, mặt tôi bị rách và chảy máu. Tôi nhớ thấy rõ cái chân, đầy máu; một bác sĩ nói: "Ông ta sắp đi đứt cái chân rồi". Trong lúc đó, người ta đang cầm máu cho cái chân tôi. Cái monitor (màn hình máy đo mạch) đặt phía sau đầu tôi. Tôi có thể nhìn thấy những đường sáng chạy trên monitor, và bỗng nhiên nó ngừng lại... Rồi tôi nghe có ai đó nói: "Nó ngưng rồi"... Một bác sĩ vỗ vỗ, và chà đẩy trên ngực tôi... Và rồi tôi như ở trong bóng tối hoàn toàn. Tôi đi qua giai đoạn tối đen. Thấy có ánh sáng, như có ai đó đang chiếu đèn, và tôi đi về phía ấy. Và rồi mọi vật như sáng bừng lên, và điều tiếp theo tôi nhớ là tôi trôi đi. Tôi đi xuyên qua vùng ánh sáng đó. Ánh sáng ngày càng sáng hơn. Sáng thiệt là sáng, và càng tiến đến gần càng sáng, đến làm chóa mắt. Tôi thấy những thiên thần ở quanh tôi. Nhưng những thiên thần quanh tôi lại là các con tôi. Đứa con lớn nhất của tôi lúc đó mười bảy tuổi..., nhưng có vẻ như chừng mới sáu tuổi. Các con quây quần bên tôi, ba đứa bên phải, ba đứa bên trái, đứa con trai lớn ở trước mặt. Tất cả như cùng một lứa tuổi... Với mỗi đứa, tôi lại hồi tưởng những gì êm đềm nhất, thân ái nhất mà tôi đã trải qua với chúng. Giữa chúng và tôi không có ai nói năng gì.

Nhưng khi nhìn chúng, tôi lại liên hệ từng đứa với những việc đã xảy ra trong quá khứ... Tôi nhìn thấy một màu xanh tuyệt đẹp, chung quanh chúng tôi toàn là một màu xanh tuyệt đẹp đó. Không, bác sĩ không thể gọi đó là bầu trời xanh, đó là một bầu trời xanh thăm thẳm, một màu sắc đẹp đẽ. Tôi chưa bao giờ thấy một màu xanh như thế... Tôi cảm thấy có một lực nhè nhẹ đè ở trên đầu, và nghe một giọng nói rằng "Về đi". Tôi nói lạy Chúa, sao lại là con? Và ai đó nói rằng công việc của tôi trên trần thế chưa xong, rằng tôi phải trở về để hoàn tất. Tất cả là tôi chỉ nghe giọng nói của người đó thôi, một giọng nói vang lớn, rền như tiếng sấm, như tiếng sấm ở đâu đó vọng lại... Sau đó, tôi chẳng thấy gì thêm nữa, mấy đứa con rời tôi ra, rồi thấy tối thui và chẳng biết gì nữa. Hai ngày sau, tôi mới tỉnh lại trong phòng cấp cứu." (Đàn ông, trung niên, kinh doanh, bị tai nạn xe hơi trầm trọng.)

7. Kinh Nghiệm Cận Tử Đã Làm Thay Đổi Quan Niệm Sống

(a) Cựu chiến binh Mỹ tại Việt Nam, bị thương nặng (mất hai chân và một tay): "(Sau khi trải qua NDE): Tôi không đi viếng các đám tang nữa. Tôi không gởi hoa phúng điếu. Tôi cũng không chia buồn với người ta. Nếu có ai đó nói cho tôi biết có người vừa chết, tôi sẽ nói là chúng ta nên vui. Tại sao chúng ta lại không tổ chức party khi chết?

Trong chúc thư của tôi, tôi dặn là không tổ chức tang lễ, cũng không lập mộ phần. Tôi sẽ được thiêu, rồi đem tro rải đi. Tôi nghĩ việc ma chay chỉ phí thì giờ, phí đất đai, nên tổ chức party thì hơn... Tôi không sợ chết.

Tôi quả quyết tin rằng mọi việc xảy ra đều vì một mục đích nào đó... Tôi sống, giải trí, và làm việc, bao giờ cũng hăng say, vì tôi nhận thức rằng trong giây phút lát đây, tôi có thể ra đi vĩnh viễn... Có một cái gì đằng sau cuộc sống này. Cái ấy là sự an lạc. (Trong kinh nghiệm cận tử): Tôi hoàn toàn được an lạc. Tôi không muốn trở về dương thế nữa. Nó thật là khác lạ. Đó không phải là một sự trống rỗng của cuộc sống hay của cảm giác, mà chính là một cảm thức đẹp đẽ, là một cuộc sống thật sự. Dù cuộc sống ở dạng nào chăng nữa, dù chúng ta ở dưới một dạng thức nào đó, chúng ta vẫn hiện hữu."

(b) Đàn ông, tình nguyện viên phục vụ tại bệnh viện, đã qua NDE vì bệnh tim: "Tôi thực không muốn kể với bác sĩ về tình trạng (NDE) ấy, nhưng tôi nghĩ rằng đó là lúc đấng Christ đã đến trong đời tôi. Và điều này đã làm thay đổi sâu xa lối sống của tôi. Trước kia, tôi nhậu bia, whiskey, và cả một lô các món khác nhưng bây giờ tôi không dám đụng đến nữa. Tôi không thể chờ đợi cho đến khi xuất viện (sau NDE), thì tôi mới đi nhà thờ. Ông mục sư nói chưa bao giờ thấy có người nhiệt tâm tìm đến Chúa như tôi. Trước đó, tôi không bao giờ đi nhà thờ. Tôi đã nguyện trước Chúa rằng tôi sẽ đem quãng đời còn lại của tôi để phục vụ Chúa, như tôi đang làm. Tôi hiện đang làm việc cho Cơ Quan Thiện Nguyện Cựu Chiến Binh".

(c) Nhà kinh doanh, cực kỳ bon chen, hoạt động, bị bịnh tim: "Điều ấy (NDE) đã làm thay đổi toàn bộ cuộc đời tôi như một cái giật mình tỉnh thức. Tôi thường lo toan cuộc sống; sống và bon chen lao tới trước, nỗ lực làm cho cuộc sống dễ chịu hơn bằng cách "cày" nhiều hơn để có tiền nhiều hơn, làm cho cuộc sống thoải mái hơn... và cứ như thế. Từ nay, tôi không làm thế nữa. Tôi chỉ sống qua ngày. Tôi thường sống với những gì đang còn ở phía trước, chưa xảy đến, và những gì rơi rớt lại đằng sau, đã qua rồi. Người ta không thể sống bằng ngày mai hay ngày hôm qua. Ta chỉ có thể sống trong cái ngày hiện tại ta đang sống. Tôi biết rằng tôi không có cuộc sống dài lâu như người khác, nên tôi đã sẵn sàng... Tôi biết nơi tôi sẽ đến. Thế nên, tôi không lo lắng về cái chết nữa. Tôi đã trải qua cái chết, và nó cũng chẳng phiền nhiễu gì tôi. Tôi không sợ nó nữa..."

(d) Phụ nữ, sau khi trải qua NDE, tình nguyện phục vụ tại bệnh viện để an ủi bệnh nhân: "Sau khi chết đi sống lại, tôi xin làm việc tại bệnh viện với tư cách tình nguyện. Một trong các cô ở đó là một nhà tâm lý, đang làm cán sự xã hội, biết về quan niệm sống (mới) của tôi. Mỗi khi bác sĩ cho người nào đó biết rằng họ sắp chết, cô thường được gọi tôi đến vì người ta thấy rằng lúc đó cần có người ở bên cạnh (để an ủi). Khi cô nghe có ai như thể đang lo âu phiền muộn, thì cô lại gọi tôi và cùng tôi đến chuyện trò với người sắp chết. Điều này không gây phiền hà gì. Nói chuyện về cái chết là điều dễ dàng đối với tôi. Tôi cảm thấy mình đã làm tốt việc đó và đã đem lại niềm an tâm hơn cho mọi người".

(e) Kinh nghiệm của một tiểu thương: "Khi tôi từ trong đường hầm (trong NDE) thoát ra, tôi biết đời tôi đã được hiến dâng cho Chúa... Từ đây, tôi sẽ không làm điều sai trái nữa. Tôi đã từng như những người khác, đã thử phiêu lưu nhiều/u trong cuộc sống khi làm ăn. Tôi đã uống rượu. Tôi có một cơ sở kinh doanh nhỏ, và tôi đã nhậu nhẹt, hòa mình với người ta để cho cơ sở chạy đều... Sau này, tôi nhận ra rằng tôi không cần phải hòa mình vào đám đó để giữ cho cơ sở hoạt động."[16]

[16]Trích thuật từ Craig R. Lundahl, sđd. Bài của Kenneth Ring và trích thuật từ Michael Sabom, sđd.

CHƯƠNG SÁU

NHÌN LẠI VẤN ĐỀ

Mặc dầu đã bỏ ra nhiều thời gian và công sức nghiên cứu về vấn đề luân hồi và sở hữu một công trình đầy chất lượng, nhưng khi công bố trước học giới, bác sĩ Stevenson vẫn khiêm tốn xác nhận rằng mục đích viết sách của ông không phải nhằm thuyết phục mọi người tin vào luân hồi, mà:

"Tôi chỉ mong gợi lên sự quan tâm của nhóm người chống đối, mà theo tôi, họ thường gây trở ngại cho sự đánh giá cởi mở về những trường hợp trẻ em nhớ lại tiền kiếp. Những vấn đề mà tôi đề nghị thảo luận là:

"Sự xa lạ của người Tây phương đối với vấn đề luân hồi."

"Tiền đề cho rằng tinh thần (và ký ức) của chúng ta chỉ nằm trong bộ não của chúng ta, chứ không phải ở một nơi nào khác."

"Niềm tin rằng chúng ta không thể nhận thức được điều gì xảy ra sau khi chết."

"Và dường như đa số mọi người có khuynh hướng không muốn nhận trách nhiệm về cá nhân đối với số phận của họ, như thuyết luân hồi đã đề cập."[1]

[1] Ian Stevenson, *Children Who Remember*... sđd., p. 221.

Sầu riêng, một trái cây quí hóa đậm đà hương vị của Miền Nam nước Việt, ai đã quen mùi bén vị, không dễ gì quên được. Thế nhưng một người Miền Bắc hay Miền Trung, lần đầu tiếp xúc với loại trái cây này, không khỏi nhăn mặt nhíu mày, lấy tay bịt mũi. Người Tây phương trước "trái sầu riêng của Luân Hồi" nào có khác chi. Lời phàn nàn của Stevenson là sự thực trong giai đoạn đầu của buổi làm quen với ý niệm luân hồi. Đến nay thì ông cũng như những người đồng chí hướng khác, hẳn đã thấy được rằng những gì họ làm không phải là hoàn toàn vô ích trong sự cống hiến chất liệu nhận thức cho nhân loại.

Lội ngược nước bao giờ cũng nhọc nhằn. Bác sĩ Elizabeth Kubler-Ross, một nhà tâm thần học người Mỹ gốc Thụy Sĩ, từng nghiên cứu cả ngàn trường hợp chết đi sống lại, đã bỏ mười hai năm đi khắp nơi để diễn giảng về cái chết. Tại sao bà làm thế? Hơn ai hết, là một bác sĩ tâm thần, Kubler-Ross hiểu rõ nỗi sợ hãi truyền kiếp của con người trước cái chết, cửa ngõ cuối cùng mà ai cũng phải đi qua. Sự sợ hãi này làm cho người chết không được an tâm khi đi vào cửa tử. Bà đã bỏ công sức đi làm việc đó cũng vì muốn cho ai cũng được "vô úy" (không sợ hãi), được an lạc khi nhắm mắt. Thế nhưng bà đã thú nhận với báo chí rằng việc làm của bà vào buổi đầu thường được đón chào bằng sự la ó giận dữ và những lời đả kích, phản đối. Nhưng nay thì mọi người đã chịu "lắng nghe".

Christopher M. Bache, giáo sư triết học và tôn giáo tại Đại Học Brown, trong cuốn *Life Cycles*, xuất bản năm 1991—hơn mười lăm năm sau khi Stevenson công bố sơ khởi kết quả nghiên cứu về luân hồi—đã viết:

"Cá nhân tôi tin rằng ngày nay bằng chứng về luân hồi đã đầy đủ. Ít ra nó cũng đủ mạnh để người ta không cần phải xin lỗi một cách lịch sự về niềm tin tái sinh, như giáo sư Stevenson đã làm."

Ngày nay, tại Hoa Kỳ—quốc gia được xem là dẫn đầu thế giới về khoa học kỹ thuật—hai vấn đề luân hồi và kinh nghiệm trong cõi chết, không còn là chuyện bàn tán "có" hay là "không" ở bên lề cuộc đời, mà đã đường hoàng đi vào các đại học. Đặc biệt về kinh nghiệm cái chết, tại một số đại học (Universities) và đại học cộng đồng (Colleges), không những người ta chỉ nghiên cứu mà còn phổ biến cho sinh viên những hiểu biết đã thu thập được dưới dạng những học trình, hoặc bắt buộc hoặc nhiệm ý,[2] trong các phân khoa như Nhân Văn (Humanities), Giáo Dục (Education), Triết Học (Philosophy), Tâm Lý (Psychology), Tôn Giáo (Religion), và Nghiên Cứu Xã Hội (Social Study).

[2] Sylvia Cranston, sđd., p. 319.

Có những đại học có trường y khoa hay trường đào tạo y tá (Nursing School), đề tài cái chết là học trình bắt buộc. Đối với các phân khoa khác (Nhân Văn, Triết Học...), việc giảng dạy hai đề tài này nhằm cung cấp kiến thức cần thiết về một thực tại hiển nhiên có quan hệ thân thiết đến cuộc sống.[3] Còn đối với hai ngành y khoa và y tế, việc giảng dạy nhằm mục đích thực tế hơn nhiều. Hơn ai hết, giới bác sĩ và y tá là những người thường xuyên chứng kiến cái chết diễn ra hằng ngày. Nếu họ chỉ hiểu một cách đơn giản "chết là hết", "chết là chết"—như bác sĩ Sabom đã từng nghĩ—thì họ sẽ khó lòng thông cảm với những lo âu hãi hùng của người sắp chết, từ đó, họ sẽ không có những giúp đỡ cần thiết về mặt tinh thần trong phút giây quan trọng cuối cùng của một đời người.

Một khi hiểu được chết là gì, có thể họ sẽ đem lại cho người bệnh sắp ra đi một nguồn an ủi lớn, một việc làm đầy nhân đạo, và nhân đạo là mục đích của y khoa. Đó là lý do tại sao đề tài cái chết trở thành một học trình bắt buộc đối với người chọn việc cứu nhân độ thế làm nghề nghiệp. "Quả là một áp dụng thực tiễn đầy nhân đạo, rất đáng trân trọng, dù chưa được phổ cập."

[3]Ví dụ, đang khi chúng tôi viết những giòng nầy, thì West Valley College tại thành phố San José, California, đang có một lớp giảng với đề tài *"Journey of Reincarnation: Past Life Explorations"* (Hành Trình Vào Cõi Luân Hồi: Những Cuộc Khám Phá Tiền Kiếp) do Michael Gabriel, M. A., một nhà thôi miên chuyên nghiệp, hội viên của Association for Past-Life Research and Therapies (Hội Nghiên Cứu Tiền Kiếp Và Trị Liệu) phụ trách giảng dạy. Mục đích của khóa học là: "Giải thích những quan niệm và những định luật về luân hồi, một niềm tin nguyên sơ và phổ biến. Kiểm điểm bằng chứng và kinh nghiệm của những nhà tâm lý học, tâm linh học, và những nhà nghiên cứu khoa học. Học về những áp dụng thực tiễn của luân hồi trong ngành điều trị tâm thần. Khám phá những xác thực của luân hồi thông qua những kinh nghiệm, những mối quan hệ, công việc, khả năng, và tâm lý của bạn..." (West Valley College, Schedule Fall 1993.)

Ở đây, chúng tôi xin được mở một dấu ngoặc. Nhìn một cái đám ma ở Mỹ, về hình thức thật có vẻ sang trọng, giàu có, và lịch sự, so với đám ma ở Việt Nam. Người thân ở bên nhà khi xem hình, coi video một đám tang của thân nhân ở Mỹ, hẳn không khỏi chép miệng khen rằng "chết ở Mỹ sướng thiệt!" (?!). Thế nhưng, đứng về mặt tình cảm và đạo đức mà nói, cái chết ở Mỹ là cái chết đầy cô đơn, và đấy chính là điểm thiệt thòi nhất đối với người quá vãng. Ở Mỹ (Tây phương nói chung), hầu như hiếm người chết tại nhà. Từ khi trút hơi thở cuối cùng tại bệnh viện cho đến khi thi hài được công ty nhà đòn trang điểm đẹp đẽ, trả lại cho thân nhân tại nhà quàn để làm đám, tối thiểu người chết cũng trải qua ba mươi sáu tiếng đồng hồ bơ vơ lạc lõng trong chốn hư vô lạ lùng.

Tâm trạng này, theo *Bardo Thodol*, hoàn toàn bất lợi cho người chết, vì sẽ ảnh hưởng xấu đến thái độ chọn lựa cảnh giới tái sinh.

Đã thế, thời gian quàn tại nhà đám để thân nhân, bằng hữu thăm viếng, phúng điếu, cũng mang tính cách công nghiệp: tới giờ. Công ty nhà quàn mở cửa, quan tài từ phòng lạnh được đưa ra "bày hàng" cho mọi người làm lễ; chiều đến, đúng giờ "hàng họ" lại được xếp vào kho để đóng cửa tiệm.

Trong một xã hội công nghiệp được tổ chức chặt chẽ, không tránh được điều đó. Tại Việt Nam, hình thức tuy có thể "nghèo" hơn, nhưng người chết không cô đơn.

Tình cảm gia đình và lễ nghi tôn giáo thường trực có mặt trong suốt thời gian tang lễ.

Tiến sĩ Evans-Wentz, người biên tập và xuất bản cuốn *The Tibetan Book of the Death* (*Bardo Thodol*), trong bài tựa cho kỳ tái bản lần thứ hai, viết tại California năm 1984, tỏ ý tiếc cho những ai chết tại Mỹ, ông nói rằng họ chết "không bình thường". Không bình thường là vì họ không được phép chết tại nhà, trong khung cảnh đầm ấm quen thuộc, một môi trường cần thiết để thực hiện những nghi thức nhằm giúp đỡ hữu hiệu sự siêu thoát của hương linh. Không bình thường, vì khoa học, với thuốc men, và phương tiện hiện đại đã can thiệp mạnh mẽ vào quá trình cái chết, làm sai lạc quá trình đó, có thể gây bất lợi về mặt tinh thần.

Tuy nhiên, là đệ tử của một Vị Lạt-Ma, đã thấm nhuần ý nghĩa của *Bardo Thodol*, ông cũng bày tỏ thêm rằng trong những điều kiện không thuận lợi như thế, thực ra người chết vẫn không bị ảnh hưởng gì nếu họ đã được trang bị nhận thức về cái chết mà "các bậc minh triết Đông phương" đã giảng dạy, và vẫn giữ được sự bình tĩnh, sáng suốt, và an lạc, khi đi vào cảnh giới đó.

Ngày nay, bước vào thập niên 1990, trong bốn vấn đề mà Stevenson nêu ra ở trên, thì ba vấn đề đầu xem như đã được giải quyết, không nhiều thì ít (vấn đề thứ tư sẽ được đề cập sau):

❖ Người Tây phương nay không còn xa lạ với quan niệm luân hồi nữa, và luân hồi là một thực tế hiển nhiên.

❖ Kết quả sơ khởi về nghiên cứu luân hồi và kinh nghiệm cái chết đã dẫn các nhà nghiên cứu đi đến suy nghĩ rằng bộ não con người không phải là cái kho duy nhất làm cơ sở cho mọi hoạt động của tinh thần và ký ức mà còn có cái gì khác nữa. Vì, nếu tinh thần và ký ức chỉ tồn tại trong bộ não, thì con người khi chết đi, não không làm việc nữa, não tiêu tan, vậy làm sao nhớ được tiền kiếp, làm sao nhớ được kinh nghiệm trong cõi chết? Chính vì suy nghĩ như thế, nên cả Stevenson và Michael Sabom, mặc dầu mỗi người theo đuổi một khía cạnh khác nhau (Stevenson nghiên cứu luân hồi, còn Sabom về kinh nghiệm cận tử), đã đồng ý rằng cần phân biệt *bộ não* (brain) và *tinh thần* (mind). Họ muốn nói rằng bộ não là cơ năng sinh lý, chỉ có giá trị tạm thời, còn chính cái tinh thần kia mới thật là quan trọng, nhưng người ta còn biết được rất ít. Cái tinh thần (mind) của Stevenson và cái tinh thần của Sabom chính là thức Mạt-Na và thức A-Lại-Da, mà đến nay khoa học mới sờ đến.

Với kết quả của những nghiên cứu nghiêm túc, với sự phổ biến rộng rãi của sách báo phim ảnh, những ý niệm về luân hồi, cái chết (sự tồn tại của linh hồn trong một cảnh giới khác) hầu như đã quá quen thuộc đối với người Mỹ. Khác chăng, là có người biết để mà biết, như một tin tức hằng ngày trên TV hay trên báo chí; và có người biết để áp dụng vào cuộc sống. Theo tiết lộ của Ian Wilson trong cuốn *The After Death Experience* (*Kinh Nghiệm Trong Cõi Chết*), từ New York đến Los Angeles, các nhà tâm linh học đã tính với khách hàng giá hai trăm dollars một giờ cho việc gọi hồn thân nhân về nói chuyện. Chưa nói tới lối làm ăn này là lương thiện, đứng đắn hay chỉ là trò bịp bợm, buôn thần bán thánh, mà xã hội nào cũng có, chỉ cần để ý rằng một khi dịch vụ làm ăn như thế được mở ra, có nghĩa là xã hội đã quen thuộc với vấn đề liên hệ và con người có nhu cầu cần được thỏa mãn. Cũng theo Ian Wilson, trên toàn nước Mỹ, có đến hai ngàn năm trăm (2,500) hiệu sách chuyên bán loại sách viết về luân hồi, cái chết, và các vấn đề tâm linh huyền bí khác.

Với đầu óc thực dụng, điện ảnh Mỹ đã khai thác ngay kinh nghiệm về cái chết nhằm mang lại sự phong phú và mới mẻ, để hấp dẫn khán giả. Mấy năm trước, một trong những cuốn phim ăn khách của Mỹ là phim Ghost (Ma), đã lấy hai cõi giới sống chết khác nhau làm bối cảnh cho một câu chuyện tình. Các chương trình nổi tiếng khác trên hệ thống truyền hình Mỹ, như *Matlock*, *Star Trek* (phim bộ TV, về đề tài khoa học giả tưởng thám hiểm vũ trụ, rất ăn khách) cũng có lần mượn kinh nghiệm bên kia cửa tử để dựng cảnh. Sidney Poitier đã đạo diễn phim *Ghost Dad* (*Ông Bố Ma*) do tài tử da đen lão thành Bill Crosby đóng vai chánh. Trong đó, Bill là một người đàn ông góa vợ, có ba con, đã chết lâm sàng trong một tai nạn xe hơi. Trong thời gian cái xác của Bill nằm trong phòng cấp cứu của bệnh viện, hồn của

Bill đã lang thang khi ở nhà, khi ở sở, với bao trạng huống khó xử buồn cười, vì âm dương hai cõi khác nhau… Tất cả những chi tiết đó, mặc dù có nhiều đoạn đã được cường điệu để chọc cười khán giả, nói chung, vẫn căn cứ trên những kinh nghiệm về cõi chết mà người ta đã biết đến.

Đang khi nhằm mục đích câu khách, phim ảnh đã phổ biến một kiến thức mới về mặt tâm linh.

I. ĐÀNG SAU CÁNH CỬA

Trong một thời gian dài đăng đẳng, người Tây phương đã nhìn vấn đề luân hồi như một cánh cửa giả, vô dụng; không tin rằng nó sẽ mở ra một lối vào hữu ích trong khu vườn tư tưởng và cuộc sống. Thế nhưng, nay họ đã thử mở cánh cửa đó, và với những khám phá bước đầu, họ đã thấy được rằng việc làm ấy quả thật không phải là vô ích.

Trong hơn bốn mươi năm, Edgar Cayce, với trí thức và khả năng đạo học huân tập từ nhiều kiếp về trước, xuyên qua việc chẩn bệnh và chữa bệnh, đã khởi bước đầu gieo hạt giống quan niệm nghiệp báo luân hồi trên mảnh đất mới, đồng thời cũng chứng minh sự giới hạn của khoa học trong sự hiểu biết về tâm linh. Những cuộc nghiên cứu rộng rãi về luân hồi và về cái chết đã mở ra cho giới khoa học một chân trời mới về những triển vọng rất hiện thực một khi người ta quán triệt được nó, và sống trong tinh thần đó. Chẳng hạn:

1. Triển Vọng Xóa Bỏ Tinh Thần Kỳ Thị Và Phân Biệt

Qua nghiên cứu, người ta đã thấy được rằng trong quá trình luân hồi, con người có thể:

- ❖ Thay đổi giới tính: khi làm đàn ông, nhưng cũng có khi làm đàn bà. Không ai mãi mãi là đàn ông hay mãi mãi là đàn bà.

- ❖ Thay đổi chủng tộc: khi thì làm người nước này, nhưng khi thì làm dân nước khác. Khi da đen, nhưng cũng có khi da vàng. Không ai mãi mãi là người mọi rợ, mà cũng không ai mãi mãi là người văn minh.

- ❖ Thay đổi tôn giáo: kiếp trước là tín đồ của tôn giáo này, kiếp sau có thể sinh ra trong một gia đình thuộc tôn giáo khác.

- ❖ Thay đổi cuộc sống: kiếp trước là một triệu phú, nhưng kiếp sau có thể là kẻ "chạy ăn từng bữa toát mồ hôi", và ngược lại.

- ❖ Thay đổi về quan hệ gia đình và xã hội: kiếp trước là chủ tớ, kiếp này có thể là anh em. Kiếp trước là bà cháu, kiếp này là chị em v.v…

Người ta tự hỏi rằng trong một sự đảo lộn vai trò như thế khi tái sinh do sự điều động của nghiệp báo luân hồi, thì liệu sự phân biệt về nam nữ, phân biệt về chủng tộc, tôn giáo, quốc gia, dân tộc, địa vị xã hội, và giàu_nghèo v.v... có còn ý nghĩa gì không? Nếu trong tiền kiếp nào đó, ta có thể từng mang thân gái, vậy tại sao nay lại lấy làm hãnh diện là thân nam nhi và lại trở thành coi thường nữ giới?

Trong tiền kiếp, ta có thể đã từng là một người da đen nghèo khó, vậy tại sao ngày nay được tái sinh dưới lốt một người da trắng văn minh lại tỏ ra có đầu óc phân biệt chủng tộc đối với "bọn mọi đen"?

Dưới ánh sáng của luật luân hồi, rõ ràng một thái độ phân biệt "Ta" và "Nó" để đi đến những mâu thuẫn, ghét bỏ, hận thù, và đố kỵ v.v... là một thái độ sai lầm và vô nghĩa; bởi vì trong quá trình luân hồi dằng dặc, "Ta" có khi là "Nó" và "Nó" cũng đã là "Ta", không có một ranh giới nào nhất định để phân biệt "Ta" và "Nó". Tất cả chỉ là một sự thay đổi vai trò.

Có thể xem cuộc đời như một sân khấu lớn, mỗi kiếp người là một vở bi hài kịch, trong đó con người được nhà đạo diễn "Nghiệp Báo Luân Hồi" giao cho một vai phù hợp với khả năng diễn xuất.

Do đó, thật khôi hài khi tưởng rằng vai trò mình đang diễn trên sân khấu là con người thật của mình. Trong nhận thức đó, những người quan tâm đến tư tưởng luân hồi thấy rằng một khi tư tưởng này được phổ biến rộng rãi và mọi người đều quán triệt được nó, sống theo tinh thần vô phân biệt, thì người người an vui, nơi nơi an vui, hòa bình có tự trong lòng mỗi người.

Thật ra, nhận thức ấy không có gì mới mẻ đối với Phật Giáo.

Hơn hai ngàn năm trăm năm về trước, tại miền đất mênh mông phía nam rặng Hymalaya đã vang lên lời dạy của Đức Phật trong tinh thần đó. Chỉ có điều chúng sanh mê muội nên không hiểu hết được sự thâm sâu trong lời dạy; hoặc có hiểu nhưng tham, sân, và si còn dày nên chẳng chịu vâng theo mà thôi. Ấn Độ, cái nôi của thuyết nghiệp báo luân hồi—vốn được Ấn Giáo truyền bá rất sớm, từ trước khi Đản Sanh Đức Phật—đến nay vẫn còn là sân khấu điển hình trên thế giới diễn ra những cảnh phi lý của sự kỳ thị giai cấp, chủng tộc, và tôn giáo.

Hiểu được đã là khó, nhưng làm đúng điều đã hiểu lại càng khó hơn.

Trong quá trình tu tập, khi đạt đến giác ngộ rốt ráo, Ý Thức (thức thứ sáu)—thức mang đặc tính mê lầm vọng tưởng và phân biệt—trở nên bừng sáng, trong sạch, trở thành "Bình Đẳng Tánh Trí" hay còn gọi là "Vô Phân Biệt Trí".

Đó là trí tuệ đã thông suốt được rằng muôn loài muôn vật (vạn pháp, chư pháp) vốn không có gì sai khác vì vốn không có bản chất, không có tự tánh; tất cả đều do nhân duyên mà hình thành hay hủy diệt. Nhận thức nói trên của những thức giả Tây phương đối với tư tưởng luân hồi là bước đầu dẫn đến "Bình Đẳng Tánh Trí", một trí tuệ không những hiểu biết rốt ráo bản chất của vạn pháp mà còn thể hiện một tình thương bình đẳng, đều khắp, vì không có cái tâm phân biệt nữa. "Trí Tuệ" cũng là "Từ Bi" vậy.

2. Triển Vọng Về Trị Liệu

Với đầu óc thực dụng, người Mỹ nói riêng và người Tây phương nói chung, một khi nghiên cứu được điều gì hữu ích, liền tìm cách đưa ngay vào áp dụng thực tế. Cũng thế đối với vấn đề luân hồi. Như đã trình bày ở chương IV, Ivan Stevenson là một bác sĩ, giáo sư khoa tâm thần; khi ông nghỉ hành nghề y khoa để nghiên cứu luân hồi chỉ vì không thỏa mãn với những giải thích và phương pháp trị liệu của khoa này đối với các trường hợp tâm thần.

Khi bắt tay vào việc, ông hy vọng rằng nếu luân hồi là một hiện tượng có thật thì sẽ giúp giải thích được nhiều bí ẩn trong các lãnh vực y học, tâm lý, và tâm thần... mà từ trước tới nay khoa học đã bất lực. Hy vọng của ông đã trở thành hiện thực. Vào cuối thế kỷ thứ XIX, khi Sigmund Freud và Karl Jung sáng lập ra khoa Phân Tâm Học (Spychoanalysis), người ta coi đấy là một phương pháp nhiệm mầu để hiểu biết về những bí ẩn trong thế giới tâm trí của con người và người ta đã hăm hở áp dụng phương pháp Phân Tâm Học kết hợp với thôi miên trong việc trị liệu chứng bệnh tâm lý và tâm thần.

Khả năng của khoa Phân Tâm Học đã bị giới hạn vì chỉ biết đến con người trong một thời hiện tại ngắn ngủi với ảnh hưởng nông cạn của tiềm thức.

Nói một cách khác, khoa Phân Tâm Học không tiến xa hơn được vì không biết đến tác dụng của nghiệp báo luân hồi và vai trò của thức tái sinh. Nhờ nghiên cứu trong thực tế và tìm hiểu qua đạo học, ngày nay, người ta đã biết được điều đó và áp dụng vào trị liệu, đối với cả hai loại thân bệnh và tâm bệnh.

Trong lãnh vực y khoa, Tây y có những tiến bộ vượt bực về điều trị cũng như giải phẫu. Thế nhưng, khi quay về làm quen với văn minh Đông phương, họ đã nhận ra được sự bất toàn trong phương thức đã áp dụng bấy lâu nay. Sự bất toàn này bắt nguồn từ quan niệm sai lầm rằng thể xác và linh hồn là hai phạm trù riêng biệt: thân là thân và tâm là tâm. Và vì vậy đã có sự điều trị từng phần, đau đâu chữa đó, chứ không đặt vào một tương quan tổng thể như Đông y. Ngày nay, yếu tố tinh thần và tâm lý trong việc giúp phục hồi cơ thể đã được quan tâm phát triển. Đến khi khám phá ra tác động của luân hồi, người ta lại thấy vai trò của tinh thần càng quan trọng hơn nữa.

Khi đã biết đời người không phải chỉ giới hạn trong cuộc sống hiện tại mà có gốc rễ sâu xa từ những đời trước, thể hiện thành những đặc điểm tâm sinh lý hiện hành, người ta đã nghĩ đến việc thâm nhập tiền kiếp để tìm cho ra nguyên nhân gây nên sự lệch lạc và bệnh tật nan y trong hiện tại để giúp người bệnh chữa trị. Nói cách khác, đó là phương pháp mà Edgar Cayce đã áp dụng từ thập niên 1920: chỉ cho bệnh nhân thấy rõ cái nghiệp đã gây ra trong quá khứ, từ đó thấy rõ sự lỗi lầm mà ăn hận sửa đổi thì lành bệnh. Trị nghiệp thì bệnh tiêu; sám hối thì tội chướng tiêu trừ. Những nhà chuyên môn về tâm lý và tâm thần, được trang bị vững vàng kiến thức về nghiệp báo luân hồi, dùng thôi miên giúp bệnh nhân thấy được nguyên nhân sai trái trong tiền kiếp, và giúp họ ý thức sửa chữa những lỗi lầm đó, khiến cho thân tâm được an lạc.

Một trong những mục đích của khóa giảng về đề tài luân hồi tại West Valley College là *"Học Về Những Áp Dụng Thực Tiễn Của Luân Hồi Trong Việc Điều Trị Tâm Thần"* đã phần nào cho thấy tính thực tế của sự hiểu biết về luân hồi nghiệp báo trong trị liệu.

3. Triển Vọng Giải Quyết Những Vấn Đề Xã Hội

Những nhà xã hội học khi so sánh tình trạng xã hội của các nước công nghiệp Tây phương, điển hình là Mỹ, với xã hội của các nước đang phát triển ở Châu Á, vốn có truyền thống tin ở nghiệp báo luân hồi, đã có một nhận xét rằng tỷ lệ tội ác và tỷ lệ tự tử trong các nước công nghiệp cao hơn nhiều.

Một câu hỏi được đặt ra là: phải chăng thuyết nghiệp báo và luân hồi có một ảnh hưởng tốt trong việc giảm thiểu tỷ lệ tai hại đó?

Trong bốn trở ngại khiến người Tây phương khó chấp nhận thuyết luân hồi, do Stevanson nêu ra, thì trở ngại thứ tư liên quan tới câu hỏi được nêu lên. Đó là: "... Dường như đa số mọi người có khuynh hướng không muốn nhận trách nhiệm cá nhân đối với số phận của họ như thuyết luân hồi đã đề cập." Điều này không trách họ được.

Hàng trăm năm qua, tư tưởng của họ đã được khuôn đúc trong giáo lý sẽ được Đấng Tối Cao cứu rỗi, sẽ được tha thứ; thế thì làm gì có trách nhiệm cá nhân? Sybil Leek, một nhà tâm linh học, tác giả *Reincarnation: The Second Chance*, trong chương trình bày những biến cố dẫn đến sự vắng mặt của quan niệm luân hồi trong hệ tư tưởng Tây phương, đã đi đến kết luận như sau:

"Như vậy, chúng ta có thể thấy được rằng nỗ lực tiêu diệt niềm tin ở luân hồi đã bắt đầu vào thế kỷ thứ VI, và đạt đến cao điểm qua hoạt động hết mình của các Tòa Án Giáo Hội, cố gắng giết chết tư tưởng này bằng cách liên hệ với tà giáo.

"Tư tưởng luân hồi quả thật đã chết trong hầu hết các dân tộc Âu Châu, cho mãi đến nửa sau thế kỷ thứ XIX mới hồi phục (chỉ trong giới các triết gia, những người viết sách và một số rất ít các nhà thần học). Thế là, trải qua hàng chục thế kỷ, loài người phải gặt lấy cái điều mà người đầu tiên đã gieo, gánh lấy gánh nặng của tội tổ tông. Khi con người phạm tội, họ đã có một lối thoát, ấy là sự cứu rỗi... Trong hoàn cảnh như thế, thật không ngạc nhiên khi thấy rất có ít người tin ở luân hồi..."

Luân hồi là hệ quả của luật nghiệp báo, mà nghiệp báo là "Đầu ai chí nấy", ai làm nấy chịu. Chấp nhận thuyết luân hồi nghiệp báo có nghĩa là chấp nhận trách nhiệm của chính mình đối với những gì mình đã tạo tác, hoặc bằng tư tưởng, hoặc bằng hành động, hay hoặc bằng lời nói và hiểu rằng không có ai có thẩm quyền để tha thứ, ngoại trừ chính mình thấy sai lầm để sửa đổi. Một khi đã ý thức được điều đó, nó sẽ là một cái thắng an toàn rất tốt giúp ngăn chặn những hành động sai quấy. Do đó, khi các nhà nghiên cứu đề ra triển vọng phổ biến tư tưởng luân hồi có thể giúp giảm thiểu tội ác trong xã hội, là một ý nghĩ đúng.

Về hiện tượng tự tử, đó là một thảm trạng của xã hội công nghiệp, một xã hội có đời sống vật chất cao, có khi trở thành thừa mứa, nhưng đồng thời con người cũng bị áp lực tinh thần nặng nề phát xuất từ cuộc sống căng thẳng. Hiện tượng "Stress" là đặc trưng của xã hội này.

Chẳng hạn như ở Hoa Kỳ, tờ *USA Today* (18-4-84) trích lại thống kê của Trung Tâm Thống Kê Y Tế Quốc Gia, cho biết từ năm 1960 đến 1980, tỷ lệ tự tử tăng gấp đôi, trong đó, ở giới trẻ, từ mười lăm đến hai mươi bốn tuổi, đã tăng gấp bốn.

Trong tác phẩm nghiên cứu về cái chết, bác sĩ Moody đã ghi nhận một số kinh nghiệm của người tự tử. Họ cho biết họ tuyệt vọng, họ đã đi tìm cái chết để tránh những hệ lụy của cuộc đời; nhưng khi đi vào thế giới bên kia, tâm trạng đó vẫn còn nguyên nếu không nói là gia tăng, vì những hậu quả để lại cho thân nhân. Tự tử không giải quyết được vấn đề.

Một phụ nữ đã phát biểu với bác sĩ Moody rằng: "Nếu người ta từ bỏ cõi đời này với tâm hồn đau khổ, thì người ta cũng sẽ tan nát tâm can ở thế giới bên kia".

Cho nên, đa số những người tự tử, nếu họ đã thực sự trải qua kinh nghiệm về cõi chết, họ thường từ bỏ ý định quyên sinh và tin vào sự trường tồn của linh hồn, vì họ hiểu rằng chết không phải là hết.

Sau khi cuốn *Life after Life* của bác sĩ Moody ra đời, nhiều người thú nhận nhờ đọc cuốn đó mà họ đã từ bỏ ý định đi tìm cái chết. Dựa trên những kinh nghiệm đó, người ta nghĩ rằng sự hiểu biết về cái chết, về luân hồi nghiệp báo sẽ là liều thuốc hữu ích chống lại dịch tự tử.

II. CHÂN TRỜI MỞ RỘNG

Mùa hè năm 1961, dưới thời Đệ Nhất Cộng Hòa của Tổng Thống Ngô Đình Diệm, như các công chức trung, cao cấp khác, tôi được cử đi học tại Trung Tâm Huấn Luyện Nhân Vị ở Vĩnh Long. Ông Ngô Đình Nhu, lý thuyết gia của chế độ, nhận thấy rằng để chống lại chủ thuyết vô thần của cộng sản, ngoài phương tiện võ lực, cần có một chủ thuyết để võ trang tinh thần cho miền nam.

Dựa trên nền tảng triết học và tôn giáo phương Tây, ông đã xây dựng nên một chủ thuyết hữu thần, thường được gọi là "Thuyết Nhân Vị". Một cơ sở huấn luyện có tầm vóc quốc gia được thành lập ở Vĩnh Long, sau đó dời lên Đà Lạt. Những người tốt nghiệp hạng ưu được ưu tiên về thăng thưởng và thuyên chuyển. Điều này được ghi rõ trong chứng chỉ tốt nghiệp.

Trong một bài giảng—do một tu sĩ phụ trách—về đề tài "Vai Trò Của Các Tôn Giáo Trong Việc Chống Lại Chủ Thuyết Cộng Sản", giảng viên đã đề cập đến giáo lý Phật Giáo.

Theo ông, quan niệm "Từ Bi" của đạo Phật rất hay, vì dạy con người lấy tình thương đối xử với nhau, cũng giống như chữ "Nhân" trong Khổng Giáo và quan niệm "Bác Ái" trong Công Giáo.

Hai giáo lý căn bản của Phật Giáo là "Nhân Quả" và "Luân Hồi".

Về nhân quả, ai cũng thấy đúng và dễ hiểu, vì có thể chứng nghiệm trong thực tế hằng ngày. Trồng bắp thì được bắp, còn trồng lúa thì được lúa. Làm việc thiện thì được tán dương, khen thưởng; còn làm ác thì bị trừng phạt. Riêng về thuyết luân hồi, cần được xét lại vì có vẻ mơ hồ thiếu khoa học.

Nói rằng luân hồi, có nghĩa là con người sau khi chết đi, sẽ tái sinh làm người và quanh đi quẩn lại cũng chỉ có chừng đó linh hồn đầu thai. Vậy khi loài người xuất hiện trên quả đất có tổng số là bao nhiêu, thì luân hồi cho đến ngày nay, cũng vẫn giữ nguyên bấy nhiêu, nếu không nói là ít hơn, vì có đắc đạo, đã lên Niết Bàn.

Nhưng ai cũng biết rằng dân số thế giới thời cổ đại và dân số ngày nay cách nhau một trời một vực; từ vài triệu lúc đầu, đến nay đã lên đến hàng tỷ người. Thử hỏi dân số gia tăng đó là những linh hồn ở đâu đầu thai mà nhiều dữ vậy?

Nếu chấp nhận rằng thú vật cũng có linh hồn, và trong luân hồi, người có thể đầu thai làm thú nếu nhiều tội lỗi, và ngược lại, thú cũng có thể sinh làm người nếu linh hồn đã tiến hóa cao. Nhưng, như chúng ta đã biết, ngày nay, nhờ tiến bộ khoa học và kỹ thuật, việc chăn nuôi gia súc gia cầm đã đi vào công nghiệp. Nhờ đó, người ta đã gia tăng số lượng gia súc gia cầm lên gấp bội để cung ứng thịt, sữa, và trứng, cho nhu cầu dân chúng mỗi ngày một dồi dào. Vậy lấy đâu ra những linh hồn thú đó để làm gia tăng số lượng so với số ít ỏi ban đầu.

Luận cứ này—một luận cứ được xem là mạnh mẽ nhất—thường được dùng để bác bỏ thuyết luân hồi. Đó không phải là suy nghĩ riêng của vị giảng viên khóa Nhân Vị, mà là suy nghĩ chung của nhiều người có chút kiến thức khoa học khi làm quen với vấn đề này. Bác sĩ Stevenson, khi nghiên cứu vấn đề luân hồi đã không quên liên hệ thuyết này với hiện tượng mà các nhà dân số học gọi là "Sự Bùng Nổ Dân Số" trên thế giới. Mặc dầu chiến tranh tàn khốc không ngừng diễn ra, khi ở phạm vi khu vực, khi thì ở mức toàn cầu, cộng thêm vào đó là thiên tai và dịch bệnh cùng nạn đói hoành hành, thế mà dân số vẫn không ngừng gia tăng. Năm 1990, dân số địa cầu đã đạt đến năm tỷ người. Đâu là giải thích từ luân hồi?

Trong khi nêu luận cứ nói trên để phi bác thuyết luân hồi, rõ ràng là người ta không hiểu gì về quan niệm vũ trụ của Phật Giáo. Mặt khác, người ta đã có một cái nhìn rất hạn chế về cảnh giới "sống" trên trái đất này cũng như trong vũ trụ. Họ nghĩ đơn giản rằng trong vũ trụ chỉ có quả đất mới có sự sống và trên quả đất này chỉ có những sinh vật (người và vật) đang sống mới là chúng sanh. Trong cái nhìn giới hạn như vậy, luận cứ phản bác nêu trên, nghe qua có vẻ hữu lý; nhưng sự thật thì không phải thế.

Đức Phật Thích-Ca không mất thì giờ để mô tả vũ trụ, vì việc đó không có lợi ích thực tế cho chúng sanh trong vấn đề thoát khổ. Mục đích của Ngài là chỉ cho chúng sanh thấy chúng sanh đang chịu khổ, nguyên nhân sự khổ, và đâu là phương thức chấm dứt sự khổ. Tuy vậy, xuyên qua những lời dạy đây đó của Ngài trong kinh điển, chúng ta cũng có thể vẽ được một bức tranh vũ trụ mà những khám phá của các nhà vật lý thiên văn đang dần dần củng cố tính xác thật. Theo đó, vũ trụ bao la vô biên gồm vô số cõi nước (Quốc Độ). Mỗi Đức Phật làm chủ một cõi nước, vốn hình thành theo đại nguyện của các ngài. Đức Phật Thích-Ca hiện là giáo chủ của cõi ta bà, gồm "Tam Thiên Đại Thiên Thế Giới". Phải một tỷ đơn vị như địa cầu mới làm thành một "Tam Thiên Đại Thiên Thế Giới", và đó mới chỉ là hình ảnh của một Quốc Độ. Như vậy địa cầu này đâu phải là thế giới duy nhất trong vũ trụ bao la?[4]

---

[4] Bức tranh vũ trụ theo sự khám phá của các nhà Vật Lý Thiên Văn: Địa cầu là một hành tinh nhỏ bé của Hệ Mặt Trời (Solar System). Hệ Mặt Trời là một đơn vị khiêm tốn trong một Thiên Hà (Galaxy). Thiên Hà của quả đất có tên là Ngân Hà (Milky Way Galaxy), có đường kính dài bằng một triệu năm ánh sáng (ánh sáng truyền với tốc độ 300,000 km/giây). Thiên Văn đã tìm được hơn một tỷ Thiên Hà, và không thể biết được có bao nhiêu Thiên Hà. Thiên Hà gồm hàng tỷ ngôi sao như mặt trời, lớn hoặc nhỏ và vô số

hành tinh. Jean Heidmann, nhà thiên văn thuộc đài thiên văn Paris, ước lượng rằng trong giải Ngân Hà có khoảng bốn trăm (400) tỷ ngôi sao, trong đó một phần mười (1/10) có cấu tạo tương tự như mặt trời. *Kinh Pháp Hoa, Kinh A-Di-Đà, Kinh Duy-Ma-Cật* có những tiết lộ bên lề về tầm bao la của vũ trụ, ngoài sức tưởng tượng của con người.

Mặt khác, những cảnh cõi ngay trên trái đất này cũng không đơn giản.

Nói một cách khác, chung quanh ta không phải chỉ có thế giới hữu hình mà còn có những thế giới khác nữa, tạm gọi là vô hình, vì giác quan của người trần mắt thịt không thể nhận ra được.

Những thế giới ấy, tùy theo nhận thức của mỗi dân tộc mà có những tên gọi khác nhau: cõi âm, thế giới siêu nhiên, thế giới huyền bí, thế giới siêu hình, thiên đường, và cõi tiên v.v. và v.v.

Dầu gọi bằng tên gì đi nữa, người ta cũng nghĩ rằng đó là thế giới của các linh hồn, tùy theo đức hạnh mà ở cõi cao thiên đường hay cõi thấp địa ngục. Phật Giáo phân biệt chi tiết hơn nhiều, không lấy tiêu chuẩn giác quan nghe, thấy, sờ, và mó... để phân loại, mà đặt trên tiêu chuẩn tâm thức. Tùy theo trình độ tiến hóa của tâm thức, chúng sanh tất cả những "ai" còn bị trói buộc trong luân hồi có thể ở vào một trong ba cõi Dục Giới, Sắc Giới, và Vô Sắc Giới. Dục Giới là cõi sống thô trược của những chúng sanh còn nặng nhiều dục vọng, tham ái. Đó chính là thế giới hữu hình mà vạn vật đang hiện hữu, và bao gồm luôn cả những thế giới vô hình của ma quỷ thần thánh mà người ta thường đề cập.

Ngay cả đến Chư Thiên trong Cõi Trời (Cõi Tiên), nếu có phước báo mà tâm thức chưa tiến hóa cao, thì cũng còn phải ở trong Cõi Trời Dục Giới. Dĩ nhiên, Sắc Giới, và Vô Sắc Giới là những thế giới tinh tế, thanh cao hơn, đòi hỏi chúng sanh phải có trình độ tâm thức tiến hóa cao mới vào được. Trong mỗi cõi như thế lại có nhiều tầng cao thấp khác nhau. *Bardo Thodol* đã nói rõ: "Chỉ những chúng sanh cùng một trình độ tâm thức mới thấy được nhau", do đó, ngay cả con người khi chết đi cũng không thể nhận biết những thế giới khác, ngoại trừ thế giới tương ứng với trình độ tâm thức của linh hồn đó.

Xem vậy, đủ biết rằng chỉ trên trái đất nhỏ bé này đã có bao nhiêu thế giới giao xen phức tạp, phải đâu chỉ có một cõi sông biển núi đồi này mà thôi?[5]

⁵Người ta tranh luận mãi không thôi về việc có thế giới vô hình hay không, có ma hay là không có ma v.v. Thời đại văn minh điện tử ngày nay đã cho một ví dụ cụ thể để hiểu mà không ai chịu hiểu. Ngồi trước TV với cái remote trong tay, chỉ trong tích tắc của một cái bấm nút là ta đã chuyển qua một chương trình khác, nghĩa là một thế giới khác, và ta có thể đi vào thế giới đó một cách tùy thích, nếu máy có khả năng tiếp nhận. Những thế giới TV đó ở đâu ra? Chúng đang hiện hữu trong không gian quanh ta dưới hình thức tần số giao động khác nhau và chúng ta chỉ cần có máy thích hợp là bắt được. Cũng một cách như thế khi hiểu về các cảnh giới đang được nói đến. Nói cách khác, sự phân loại các cảnh giới như Đức Phật đã dạy là một sự phân loại cực kỳ khoa học của một trí tuệ "Chánh Biến Tri", nhưng vì con người chưa đủ trình độ để hiểu nên cứ tưởng rằng hoang đường và mê tín.

Con người, nhờ tu học, nhờ thực hành thiền định, nâng cao trình độ tâm thức, nên có thể đi vào các cảnh giới tương ứng ngay lúc còn sống, chứ không phải chờ tới lúc chết.

Đó cũng là cái thước đo công phu tu chứng của người học đạo.

Lại nữa, khi nói tới luân hồi, chỉ có con người chết đi mới luân hồi. Nếu tiến xa hơn, người ta có thể chấp nhận cả thú vật—những sinh thể mang linh hồn ở trình độ tiến hóa thấp—cũng luân hồi. Phật Giáo không quan niệm hẹp như thế. Thuật Ngữ Phật Giáo thường dùng chữ "chúng sanh" để chỉ tất cả những đối tượng do chưa giác ngộ nên còn bị chi phối trong cảnh sống chết triền miên; trong đó, người và thú chỉ là hai trong thành phần chúng sanh gồm có sáu loài: Trời (Thiên), Người (Nhân), Thần (A-Tu-La), Ma Đói (Ngạ Quỷ), Địa Ngục, và Súc Sanh. Khi đang còn quanh quẩn trong luân hồi chúng sanh sẽ chết đi, sẽ do thiện nghiệp hay ác nghiệp tạo tác từ trước mà nghiệp thức sẽ điều hướng đi đầu thai vào cảnh giới thích hợp. Do đó, trong cái nhìn luân hồi, hai chữ "sống" và "chết" nên hiểu rộng hơn. "Sống" có nghĩa là hiện hữu trong một cảnh giới nào đó; và "Chết" có nghĩa là từ giã cảnh giới ấy để tiếp tục cuộc hành trình đến một cảnh giới khác. Bởi vậy, không phải chỉ có con người hay thú vật mới sống chết, mà dẫu Trời, Thần, Ma Quỷ cũng sống chết để tiếp tục quay trong guồng máy luân hồi.

Vậy thì, sau khi đã lược bày kiến giải của Phật Giáo về vũ trụ quan, về những cảnh giới sống chết, và về những thành phần chúng sanh, thiết nghĩ câu trả lời cho phản biện nêu trên đã rõ.

Đâu chỉ có loài người và thú vật trên quả đất này mới luân hồi? Vũ trụ thì bao la, cõi giới thì phong phú, chúng sanh chịu luân hồi thì đông đảo và phức tạp; loài người chỉ là một phần nhỏ trong đó, đâu có đáng kể gì để gọi rằng tăng với giảm để mà thắc mắc rằng những linh hồn kia xuất xứ từ đâu để đầu thai làm người?

Stevenson, sau khi cân nhắc tương quan giữa hiện tượng luân hồi và sự bùng nổ dân số thế giới, đã thử đưa ra một nhận định như sau:

"Ít ra, chúng ta có thể nhận thức rằng linh hồn nhân loại đã tiến hóa và "tốt nghiệp" ("graduated") thành hình hài con người từ những sinh vật hạ đẳng, mặc dầu chúng ta không có bằng cớ hỗ trợ cho sự ức đoán này. Và cuối cùng—ở đây chúng ta lại đi vào khoa học viễn tưởng—là linh hồn nhân loại cũng có thể đã "Thiên Cư" ("Emigrated") từ những hệ mặt trời khác tới hành tinh chúng ta."

Cái điều mà Stevenson dè dặt gọi là "Khoa Học Viễn Tưởng" (Science Fiction) thực ra không viễn tưởng chút nào, nếu chịu khó mở rộng tầm nhìn theo kiến giải Phật Giáo, như đã được dạy trong kinh điển.[6] Ngày nay, qua sách báo Mỹ, có thể thấy nhận định của Stevenson được nhiều người chia sẻ, không phải chỉ giới hạn trong giới học giả, mà cả ở những người bình thường. Không thiếu gì người tin rằng họ thuộc một thế giới khác ngoài địa cầu đã đến đầu thai làm người của quả đất.

[6] Ngày nay, nhờ sự tiến bộ của khoa học, tầm nhìn của con người đã mở rộng ra vũ trụ bao la và hiểu được rằng vũ trụ cũng có "Sinh", "Thành", "Suy", và "Hủy". Nhờ quan sát, tính toán mà các nhà thiên văn đã biết rằng các thiên thể cũng có sống có chết. Từ mấy ngàn năm trước, nhân khi cắt nghĩa về "Địa Ngục Vô Gián", *Kinh Địa Tạng* đã nói rằng những chúng sanh vào trong đó sẽ phải "... Chết đi sống lại hàng vạn lần, các nghiệp báo như thế trải hàng ức kiếp không biết kỳ hạn nào mà cầu thoát cho được. Đến khi thế giới này hoại, lại chuyển sang thế giới khác; khi thế giới ấy hoại thì lại chuyển sang thế giới phương khác nữa. Thế giới phương ấy lại hoại nữa thì lại lần lượt mà chuyển đi, cho đến sau khi thế giới cũ thành lập lại thì còn phải quay về chịu báo nữa." Các nhà vật lý thiên văn nghĩ sao?

Đó là điều từ trước chưa hề có ở phương Tây, và quả thật chân trời đã mở rộng.

III. NHỮNG ĐIỂM DỊ BIỆT

1. Lạc Quan Về Luân Hồi

Từ chiếc nôi chung là Ấn Độ, quan niệm về nghiệp báo và luân hồi của Ấn Giáo và Phật Giáo đã có điểm không giống nhau, huống chi là cái nhìn của Tây phương đối với vấn đề này.

Phê phán thuyết luân hồi của Ấn Giáo, bộ *Bách Khoa Tự Điển Tôn Giáo* của Eliade Mircia (New York, 1987) đã nhận xét rằng đó là một cái nhìn đầy bi quan. Vì sao? Vì Ấn Giáo đã cắt nghĩa nghiệp báo và luân hồi như một định mệnh nghiệt ngã, có sao chịu vậy, chứ con người không thể thay đổi được. Tây phương có cái nhìn lạc quan hơn nhiều.

Họ đồng ý rằng con người phải nhận lãnh trách nhiệm về những tạo tác của mình theo luật nghiệp báo, nhưng đồng thời họ cũng thấy rằng con người có thể sửa chữa những sai lầm đã va vấp, và luân hồi hay tái sinh chính là cơ may thứ hai (second chance) để rút kinh nghiệm hầu sống tốt hơn. Bà Caren M. Elin, M. S., một nhà giáo dục, đồng thời cũng là một người giảng dạy về đề tài cái chết, trong một bài nói chuyện tại Đại Học Columbia, đã có một nhận xét có thể đại diện cho quan niệm vừa nói:

"Xin hãy hiểu chắc như thế này, Nghiệp báo—tức là Luật Nhân Quả—không phải là một định luật có tính cách trừng phạt cay đắng, mà là luật của chữa trị và giáo dục, vì chúng ta phải học hỏi để làm tốt hơn, bằng cách nhìn vào hậu quả những hành động của chúng ta. Tương tự như khi một tay chơi vĩ cầm tuổi trẻ nọ, tài nghệ đang còn non nớt, nếu biết rút kinh nghiệm từ những âm thanh chát chúa, lạc điệu, do anh ta đánh ra, để sửa chữa, thì lần sau mới chơi được những bản hay."[7]

---
[7]Sylvia Cranston, sđd., p. 325.

Cái nhìn này của Tây phương gần với quan điểm của Phật Giáo hơn, tuy không được rốt ráo. Tất cả giáo pháp của Đức Phật chỉ nhằm mục đích giúp chúng sanh thoát khổ, trong đó, bước căn bản là chấm dứt luân hồi; vì bao giờ còn trôi lăn trong cảnh sống chết thì vẫn còn hệ lụy, đau khổ. Đại khái, có hai cách. Thứ nhất, bằng nỗ lực của chính mình (tự lực), con người nương theo giáo pháp Phật đã dạy (Tứ Diệu Đế bao gồm Bát Chánh Đạo và Mười Hai Nhân Duyên) để tự hoàn thiện bản thân, chấm dứt luân hồi. Thứ hai, một lòng qui hướng theo Phật pháp, nương theo đại nguyện cứu độ của Chư Phật, cầu sanh về các cõi nước thanh tịnh, an ổn tu học cho đến ngày đắc quả chánh giác.

Con đường thứ hai, kết hợp giữa sức mình (tự lực) và sự hộ trì của Chư Phật (tha lực) là con đường tương đối dễ dàng, ngắn nhất, thích hợp cho chúng sanh thời mạt pháp (căn cơ kém) để chấm dứt luân hồi.

Pháp môn Tịnh Độ và Mật Tông Tây Tạng là hai môn phái điển hình của con đường thứ hai này, giúp đẩy nhanh tiến trình giải thoát.

Có thể nhiều người, nhất là Tây phương, sẽ lấy làm lạ rằng trong sáu nẻo luân hồi, dĩ nhiên không ai muốn đầu thai làm Ma Đói, làm Súc Sanh, hoặc đọa đày trong Địa Ngục (nếu không bị bắt buộc), nhưng nếu được sinh ra trong ba cõi Trời, Người, và Thần thì cũng được chứ sao. Nhất là được sinh lên cõi Trời thì đúng là thiên đường, còn mong ước gì hơn. Hẳn nhiên làm được một vị tiên, một vị thần, thậm chí làm người, cũng còn sướng hơn làm ma đói hay con bò kéo xe.

Nhưng trong cái nhìn đầy tình thương bao la của Đức Phật—như cha mẹ nào cũng muốn cho con cái được giàu sang, có địa vị cao quí trong xã hội[8]— Ngài luôn luôn cho chúng sanh được lợi lạc tối ưu. Dầu được tái sinh làm một vị tiên cao cấp đi nữa thì rồi cũng có ngày hết phước báo, nghĩa là lại chết, lại tái sinh vào một cảnh giới khác, có khi tệ hại hơn, nếu đã đến lúc phải trả nghiệp báo xấu. Còn luân hồi là còn bị trói buộc. Không thể nói rằng được trói với sợi dây xích bằng vàng (sinh vào ba cõi trên) thì hơn, hãnh diện hơn là trói với dây xích bằng sắt (sinh vào ba đường ác).

[8] Đó là tinh thần của phẩm *Thí Dụ* trong *Kinh Pháp Hoa*.

Dưới cái nhìn từ bi của Chư Phật, dầu bằng vàng hay bằng sắt, cũng là dây xích trói buộc, và vì thế, tốt hơn cả là sớm chặt đứt sợi xích đó để được tự do hoàn toàn (giải thoát).

Ước nguyện của Chư Phật bao giờ cũng tròn đầy, cao cả, nhưng chúng sanh do nghiệp thức lôi cuốn, nào dễ vâng theo.

Vì vậy *Bardo Thodol* đã viết ra trong tinh thần từ bi cứu độ với những dự liệu các tình huống khác nhau, đi từ con đường tối ưu (giải thoát tức thì) cho đến giải pháp ít xấu nhất (không tái sinh vào ba cõi xấu), để các hương linh tùy căn cơ mà lựa chọn.

Người Tây phương hiện đã hiểu luân hồi, nhưng hiểu theo cái nhìn của Phật Giáo thì chưa. Họ vẫn còn rất yêu cuộc sống này và dường như chưa hiểu được nghĩa "Khổ Đế".

2. Không Tin Người Tái Sinh Làm Thú

Luân hồi là một hiện tượng có thật, chết không phải là hết, và nghiệp báo không phải là một cái gì xa lạ mà chính là những gì đang diễn ra hàng ngày trong cuộc sống của mỗi người. Đó là những điểm cơ bản mà người Tây phương đã nhận ra khi làm quen với tư tưởng luân hồi nghiệp báo.

Tuy nhiên, dưới cái nhìn duy lý, có điều họ vẫn chưa hiểu và chưa biết hoặc không chấp nhận, chẳng hạn như về những cảnh giới mà linh hồn sẽ tái sinh. Họ mới chỉ nhận thức được có hai thế giới: hữu hình và vô hình. Họ cũng chỉ hiểu rằng tái sinh là tái sinh làm người chứ không phải làm thú hoặc làm những chúng sanh khác. Điều gì ảnh hưởng tới sự tin tưởng như thế?

Về mặt thực tế, trong hàng ngàn hồ sơ nghiên cứu các trường hợp luân hồi, ngoại trừ một trường hợp mà Stevenson ghi nhận (một thiếu nữ nhớ được hai tiền kiếp, trong đó có một tiền kiếp làm bò) và xếp vào loại mơ hồ vì không xác minh được, không có ai tìm ra được bằng cớ người tái sinh làm thú.

Mặt khác, họ lý luận rằng một khi linh hồn đã tiến hóa, vượt qua được ranh giới thú vật để làm người, thì không có lý do gì lại rơi xuống cõi dưới nữa.

Chirstopher M. Bache, giáo sư Triết Học và Tôn Giáo tại Đại Học Brown, có thể xem là người tiêu biểu cho quan điểm này, mặc dù ông ta xác tín ở hiện tượng luân hồi.

Trong cuốn *Life Cycle*, ông đã lập luận rằng có lý nào một sinh viên đại học khoa học phải đi học lại bốn phép toán căn bản?

Một khi đã đạt được đến trình độ cao của con người rồi thì thế giới súc vật có gì hay ho hấp dẫn để phải trở lại đó mà học hỏi? Đây là phản biện mạnh nhất đối với quan niệm người có thể tái sinh làm thú.

Đầu óc duy lý và tinh thần thực nghiệm có cái ưu điểm đã giúp người Tây phương tiến xa về mặt khoa học và kỹ thuật nhưng đồng thời cũng gây trở ngại về việc tiến sâu vào đạo học.

Phải chăng vì thế mà không có một tôn giáo lớn nào phát sinh từ Tây phương? Con người, có tiếng nói, có chữ viết, có sổ bộ đời, có lý lịch ở tòa án, ở cảnh sát, có thân nhân, và bạn bè v.v..., vậy mà xác minh một lý lịch cũng không phải là dễ, huống hồ gì đi tìm lý lịch của một con vật để kiểm nghiệm tiền kiếp của một người! Đó là một đòi hỏi không thực tế.

Mặt khác, lý luận như Bache, nghe qua thì hữu lý, nhưng lại sai từ cơ bản là điểm nhìn. Trước khi nói qua vấn đề đó, thử dùng lối lý luận của Bache để hỏi lại rằng: một sinh viên khoa học mà phải đi học lại bốn phép tính căn bản thì nghe vô lý và buồn cười (cũng tỉ như các bậc đã đắc thánh quả A-La-Hán thì không còn luân hồi nữa), nhưng buộc một học sinh lớp năm xuống học lại lớp bốn hay thậm chí lớp ba, vì thực tế cho thấy trình độ quá kém, không thể ngồi ở lớp năm được không? Ở Việt Nam, Nguyễn Công Trứ từng làm tướng, nhờ khả năng và công trạng, nhưng cũng có lúc bị giáng cấp làm lính ở Quảng Ngãi vì phạm lỗi. Điều đó có gì lạ đâu?

Đấy là lý luận theo lối Bache, chứ thực ra, luân hồi nghiệp báo không phải là sự vận hành của trừng phạt hay trả thù hoặc cưỡng bách kỷ luật. Nói như Edgar Cayce nghe dễ hiểu hơn: luân hồi là để học lại bài học chưa thuộc.

Như Đức Phật đã dạy, tất cả đều do tâm tạo. Thế nên, thiên đường hay địa ngục, làm người hay làm thú là do chính cái tác ý của người đó đã hình thành cái nghiệp thức dẫn đến cõi thích hợp để tái sinh, chứ có

Diêm Vương hay Thượng Đế nào bắt buộc đâu.

Đối với *Kinh Địa Tạng*, người yếu bóng vía, khi đọc sẽ cảm thấy hãi hùng vì những hình phạt và những cảnh địa ngục diễn ra trong đó. Còn đối với người có đầu óc duy lý thì cho rằng mô tả như thế là mê tín, là hù dọa.

Thực ra, *Kinh Địa Tạng* là một minh họa sống động về vai trò của tâm thức đối với sinh mệnh chúng sanh. Sau khi mô tả những cảnh ghê gớm của các loại địa ngục, kinh luôn luôn có một câu ngắn gọn nhưng ý nghĩa cực kỳ quan trọng, là "Ấy là do hành nghiệp của chúng sanh cảm ứng mà ra." *Bardo Thodol* cũng thế.

Trong khi dẫn giải những cảnh đe dọa diễn ra trong thời kỳ trung ấm, luôn luôn cảnh giác hương linh rằng tất cả chỉ là huyễn ảnh, vì do nghiệp thức biến hiện chứ chẳng phải thật: "Thân trung ấm của hương linh là thần thức, không thể chết được, dù cho có bị chặt đầu hay phân thây chăng nữa. Trong thực chất, thân hương linh đồng với tánh "Không", hương linh không cần phải sợ hãi. Diêm Vương là ảo giác của chính hương linh."

Chính vì hiểu rõ vai trò quan trọng của tâm thức, nên trong các pháp môn của Phật Giáo, dù tự lực (ví dụ như thiền định) hay tha lực (Tịnh Độ, Mật Tông), sự bắt buộc thực hành hàng ngày không ngừng nghỉ những nghi thức của môn phái (Thiền Định, Niệm Phật, Tam Mật Gia Trì) đều nhằm một mục đích là huấn luyện tâm thức cho thuần thục, trong sạch, như vậy mới thích ứng với cảnh giới cao, gia tăng tốc độ giải thoát.

Trong thiền môn, lối chào "A-Di-Đà-Phật" không phải là một quy định hình thức thuộc phép xã giao của môn phái. Đó chính là một lối huấn luyện tâm thức mà Chư Tổ đã khéo léo bày ra trong sinh hoạt thường nhật. Danh hiệu của một vị Phật không phải là một cái tên suông, mà là kết tinh của cả một đại nguyện, một đại dương công đức, đầy đủ từ bi rộng lớn và trí tuệ cao cả. Thế nên niệm danh hiệu của một Vị Phật hay một Vị Bồ Tát là bật máy tâm thức tương hợp với tần số vi diệu cao quý của thế giới thanh tịnh thể hiện qua danh hiệu của các Ngài. Đó chính là một cách thăng hoa tâm thức, nâng tâm thức lên một tần số thích hợp để có điều kiện hội nhập vào những cảnh giới cao.

Người Việt ở Mỹ có một kinh nghiệm thực tế để hiểu vấn đề này: dù được phép nhập cư Hoa Kỳ theo diện nào chăng nữa, dù bảo lãnh theo diện ODP (Orderly Departure Program), theo diện tị nạn, hay theo diện con lai, tất cả đều phải qua một khóa học dài ngắn khác nhau tại những trung tâm chuyển tiếp để có một ý niệm căn bản về nếp sống và về tổ chức xã hội Mỹ v.v... trước khi bước chân lên máy bay. Đời mà còn thế, huống chi là đạo? Không tu học để nâng cao tâm thức thì làm sao vào được cảnh Tịnh Độ thanh cao?

Riêng với người Tây phương, bao giờ họ còn chưa hiểu được vai trò của cái tâm trong cuộc sống, đạo cũng như đời, thì vẫn còn lý luận như Bache, dù đã tiếp cận luân hồi và nghiệp báo.

Đọc tập sách nhỏ này, không khỏi có Phật tử thắc mắc: luân hồi, nghiệp báo là những điều Đức Phật đã dạy từ mấy ngàn năm nay. Giờ muốn hiểu biết thì cứ theo kinh điển, theo lời giảng của các thầy mà học, cũng đủ mở rộng tầm mắt, việc gì phải mượn chuyện bên Tây, bên Mỹ để giảng giải này nọ? Không lẽ Âu Mỹ rành về luân hồi hơn người theo Phật Giáo chăng?... Nếu có một câu hỏi tương tự như thế được đặt ra, thì quả thật tập sách nhỏ này đã phần nào đạt được mục đích của nó.

Ngày nay, thế giới đang diễn ra một hiện tượng nghịch lý. Đông phương đang nỗ lực chạy theo khoa học kỹ thuật để mong bắt kịp những tiến bộ về vật chất của Tây phương, hoặc ít ra cũng làm cho đời sống của người dân no ấm hơn và sung túc hơn.

Trong khi đó Tây phương lại đang đào xới kho tàng minh triết của Đông phương để bổ xung cho sự bất toàn trong nền văn minh của họ, thậm chí còn lợi dụng để nâng cao ưu thế kiến thức về khoa học.

Thiền quán đã được phổ biến rộng rãi ở Âu Mỹ, không phải như một bí quyết tôn giáo, mà trước như một phương pháp thể dục tinh thần.

Ở Mỹ và ở Pháp, các trung tâm dạy về thiền quán mở ra khắp nơi, mật độ còn dày hơn ở Việt Nam, là nước Phật Giáo chiếm ưu thế. Tờ *Science Digest* (6-1982) cho biết Brian Josephson (giáo sư tại Đại Học Cambridge, Anh Quốc, nhận giải Nobel Vật Lý năm 1978) thú nhận rằng sở dĩ ông đã đạt được những kết quả khả quan trong nghiên cứu là nhờ áp dụng phương pháp thiền quán của Đông phương.

Tư tưởng Dịch Lý của Trung Hoa được khai triển để tìm ra những định luật mới trong khoa học nguyên tử. Tiến sĩ John Wheeler, Giám Đốc Trung Tâm Vật Lý Lý Thuyết (The Center for Theoretical Physis) tại Đại Học Austin (Texas), nhà vật lý thiên văn nổi tiếng, đã phát biểu: "Tôi nghĩ rằng Quan Niệm Luân Hồi và Quan Niệm Chu Nhi Phục Thủy (Concept of Cycle after Cycle) của Đông phương không phải chỉ áp dụng cho con người mà còn cho cả vũ trụ nữa." Trên cơ sở đó, ông xây dựng lý thuyết về lỗ đen (black hole) trong tiến trình sinh diệt của vũ trụ.

Trung Hoa và Ấn Độ là hai trung tâm văn minh lớn của nhân loại nói chung, và Đông Á nói riêng. Người Trung Hoa phát minh ra la bàn, làm ra giấy; nhưng cái la bàn của Tàu, cho đến nay cũng chỉ là dụng cụ dành riêng cho mấy ông thầy địa lý trong việc đi tìm một huyệt mả tốt để mai táng người chết, mưu cầu danh lợi cho con cháu về sau; và tờ giấy làm ra, ngàn năm không có gì thay đổi.

Trong tay người Tây phương, cái dụng cụ đơn giản là la bàn đã trở thành một công cụ thần kỳ, giúp họ đi khắp chân trời góc bể, khám phá và chinh phục những vùng đất mới, mở rộng giao lưu trên thế giới. Với giấy, họ có cả trăm loại khác nhau, cải tiến không ngừng theo nhu cầu.

Đó chỉ là hai trong nhiều ví dụ cụ thể, cho thấy sự nhạy bén, năng động và thực dụng của người Tây phương, so với tính bảo thủ của Đông phương.

Trong tinh thần đó, họ có thể biến cái sở trường của người trở thành cái sở trường của họ.

Trong việc nghiên cứu, tìm hiểu của Tây phương về nghiệp báo, luân hồi, và cái chết, ta có thấy được tinh thần đó. Đấy là điều chúng ta nên tự hỏi. Nghiệp báo và luân hồi là phát triển của đạo học phương Đông, đã được phổ biến rộng rãi ở Châu Á kể hàng mấy ngàn năm nay, hầu như hoàn toàn dựa trên đức tin nhiều hơn chứng minh và thuyết phục. Và điều đó, không có nghĩa là tư tưởng này đã ăn sâu lan rộng khắp nơi, và mọi người ai cũng thấm nhuần nó, áp dụng nhuần nhuyễn trong cuộc sống.

Thực sự, đã mấy ngàn năm qua rồi, sự kỳ thị bạc đãi về giai cấp và các loại tội ác khác vẫn diễn ra ngay chính nơi cái nôi của tư tưởng đó.

Ngay tại những nước lấy Phật Giáo làm quốc giáo, như Thái Lan và Miến Điện cũng không khá hơn.

Để hốt đồng dollars của du khách, nạn mãi dâm tại đấy đã phát triển cao độ, hậu quả là bệnh AIDS (Sida) lan tràn. Một giới chức thẩm quyền của Thái đã ước tính trong tương lai không xa, cứ ba cái đám tang ở Thái, sẽ có một cái chết vì AIDS.

Việt Nam cũng không khá gì hơn. Đại khái, trong một thực trạng như thế, liệu chúng ta có nên hãnh diện rằng chúng ta đã biết rành về luân hồi và nghiệp báo chăng?

Việc nghiên cứu và phổ biến tư tưởng nghiệp báo luân hồi mới chỉ rộ lên ở Mỹ trong hai thập niên trở lại đây. Họ tìm đến tư tưởng này và chấp nhận nó, áp dụng nó, như một định luật của vũ trụ đang thực tế chi phối con người, dù biết rằng đó là giáo lý cơ bản của Ấn Giáo và Phật Giáo.

Trong khi đó, với truyền thống bảo thủ, tư tưởng này ở Châu Á chỉ giới hạn trong cộng đồng tôn giáo liên hệ mà thôi và ảnh hưởng cũng không phải là sâu sắc tuyệt đối. Người không theo Phật Giáo không biết đến đã đành, mà thậm chí người đã qui y còn có thể nửa tin nửa ngờ. Ngày nay ở Mỹ, nghe một người Tin Lành hay Thiên Chúa nói rằng họ tin ở luân hồi, không còn là điều lạ.

Người thuộc tôn giáo này chấp nhận giáo điều của một tôn giáo khác là điều khó xảy ra. Định kiến tôn giáo là một trong những định kiến khó hóa giải nhất. Thế mà việc đó đang diễn ra ở Tây phương đối với tư tưởng nghiệp báo luân hồi.

Hơn thế nữa, người ta còn mang ra phổ biến ở trình độ cao: giảng dạy tại các đại học và tìm cách ứng dụng ngay vào cuộc sống. Cái tinh thần phá chấp và cầu tiến ấy đáng cho chúng ta suy nghĩ.

Nguyện tập sách nhỏ này đem lại ít nhiều lợi lạc cho đọc giả, không phân biệt tôn giáo.

San Jose, cuối 1993.

Chánh Trí Võ văn Dật

TÌM ĐỌC NHỮNG SÁCH CÙNG MỘT CHỦ ĐỀ

Đã Xuất Bản

1. **Bên Kia Cửa Tử**
   Trần Ngọc Anh

2. **Quê Tôi, Dân Tôi**
   Hồi Ký Của Đức Đạt Lai Lạt Ma

Sắp Xuất Bản

1. **Cơ Sở Mật Giáo Tây Tạng**
   Trần Ngọc Anh

2. **Hành Trình Về Tây Tạng**
   Nguyên Lý

3. **Luân Hồi Và Các Vị Lạt Ma Tây Tạng**
   Diệu Hạnh Phương Dung

SÁCH THAM KHẢO

(1) **Cao Hữu Đính:** *Phật Và Thánh Chúng.* California: Phật Học Viện Quốc Tế, **1981**.

(2) **Christopher M. Bache:** *Life Cycle.* New York: Paragon House, **1991**.

(3) **Craig R. Lundahl:** *A Collection of Near Death.* Chicago: Nelson Hall, **1982**.

(4) **Đoàn Trung Còn:** *Phật Học Tự Điển* (ba tập)

(5) **Doris Agee:** *Edgar Cayce on ESP.* New York: Warner Books, **1964**.

(6) **Eliade Mercia:** *The Encyclopedia of Religion.* New York: McMillan, **1987**.

(7) **Harmon Hartzell Bro:** *Edgar Cayce on Religion & Psychic Experience.* New York: Warner Books, **1970**.

(8) **Huston Smith:** *The Religion of Man.* New York: Haper & Row, **1958**.

(9) **Ian Stevenson:**
    (a) *Cases of Reincarnation Type* (bốn tập)
    (b) *Twenty Cases Suggestive of Reincarnation*
    (c) *Children Who Remember Previous Lives*
    (d) *Unlearn Language: New Study in Xenoglossy*

    Tất cả đều do University Press của Đại Học Virginia xuất bản.

(10) **Ian Wilson:** *The After Death Experience.* New York: William Morrows Co. **1987**.

(11) **Jess Stern:** *Edgar Cayce, the Sleeping Prophet.* New York: Double Day, **1967**.

(12) **Joseph Head & Sylvia Cranston:** *Reincarnation: The Phoenix Fire Mystery.* New York: Crown, **1977**.

(13) **Kenneth Ring, Ph.D.:** *Life at Death.* New York: Conward, McCann & Georghegan, **1980**.

(14) **Michael Arvey:** *Reincarnation.* San Diego: Greenhaven Tree, **1989**.

(15) **Michael Sabom:** *Recollection of Death, a Medical Investigation.* New York: Happer & Row, **1982**.

(16) **Nguyên Phong:** *Huyền Thuật Và Đạo Sĩ Tây Tạng.* Canada: Làng Văn, **1992**.

(17) **Noel Langley:** *Edgar Cayce on Reincarnation.* New York: Warner Paperback, **1967**.

(18) **Sylvia Cranston & Carey Williams:** *Reincarnation: A New Horizon in Science, Religion And Society.* New York: Julian Press, **1984**.

(19) **W. H. Church:** *Many Happy Return: The Lives of Edgar Cayce.* San Francisco: Happer & Row, **1984**.

LUÂN HỒI

Biên khảo của Chánh Trí Võ văn Dật

Thế Giới xuất bản lần thứ nhất tại Hoa Kỳ tháng bảy một chín chín năm
Kỹ thuật: Thế Giới Graphics (714) 839-6517

Xử dụng bộ chữ Century và Times trên hệ thống
VNI và Xerox Ventura.

Trình bày: Ngọc Hoài Phương

Typography: Hồng Bàng Typesetting Services